ಅವಳು

ಒಂದು ಸುಂದರ ನೆನಪು

ನವೀನ್ ಕ್ಷತ್ರಿಯ

Made with ♥ on the Notion Press Platform
www.notionpress.com

ಭಾರತದಲ್ಲಿ ಲೈಂಗಿಕ ವೃತ್ತಿಯನ್ನು ಮಾಡುವ ಲಕ್ಷಾಂತರ ಮಹಿಳೆಯರ ಪ್ರತಿನಿಧಿಯಾಗಿ ಪ್ರೇಮ ಎನ್ನುವ ಪಾತ್ರ ನಿಮಗೆ ಇಷ್ಟವಾಗಬಹುದು, ಬದುಕಿನ ತೊಳಲಾಟಗಳ ನೈಜ ಅನಾವರಣ ಇದರೊಂದಿಗೆ ಪ್ರಾರಂಭವಾಗಿದೆ, ಸನ್ನಿವೇಶಗಳಿಗೆ ಬಲಿಯಾಗಿ ಲೈಂಗಿಕ ವೃತ್ತಿಗೆ ಬರುವ ಪ್ರತಿಶತ ೯೦ರಷ್ಟು ಮಹಿಳೆಯರು ಈ ಕೆಲಸ ಮಾಡುವುದು ಕೇವಲ ಹೊಟ್ಟೆಗಾಗಿ, ಕುಟುಂಬಕ್ಕಾಗಿ, ಬದುಕಿಗಾಗಿ! ಅದರ ಮೇಲೆ ಬೇರೇನೂ ಅಪೇಕ್ಷೆ ಇರುವುದಿಲ್ಲ. ಐಷಾರಾಮಿ ಜೀವನ ನಡೆಸಲು, ಆಸ್ತಿ ಮಾಡಲು ಈ ವೃತ್ತಿಯನ್ನು ಮಾಡುವವರಿಲ್ಲವೆಂದಿಲ್ಲ ಆದರೆ ಆ ಸಂಖ್ಯೆ ತೀರಾ ಕಡಿಮೆ.

ಹೀಗೆ ಸನ್ನಿವೇಶದ ಒತ್ತಡಕ್ಕೆ ಸಿಲುಕಿ ಬದುಕು ಕಟ್ಟಿಕೊಳ್ಳಲು ದೇಹ ಮಾರಿಕೊಳ್ಳುವ ಎಲ್ಲಾ ಮಹಿಳೆಯರಿಗೂ ಈ ಪುಸ್ತಕವನ್ನು ಗೌರವದಿಂದ ಸಮರ್ಪಿಸುತ್ತಿದ್ದೇನೆ.

ಪರಿವಿಡಿಗಳು

ಮುನ್ನುಡಿ vii

ಪ್ರಸ್ತಾವನೆ ix

ಸ್ವೀಕೃತಿಗಳು xi

ಪೀಠಿಕೆ xiii

1. ಅವಳು ಮತ್ತು ನಾನು 1
2. ವೇಶ್ಯಾ ವಠಾರ 5
3. ಕಟು ಸತ್ಯ 9
4. ಅವಳ ಮೊದಲ ಕರೆ 12
5. ಅದೊಂದು ಭಯ 16
6. ಹೊಸ ಬದುಕು 20
7. ಬಿರಿಯಾನಿ ಮತ್ತು ಒಂದು ತಟ್ಟೆ 25
8. ಅವಳ ಕಥೆ 28
9. ವೇಶ್ಯಾ ಗೃಹ 31
10. ರಾತ್ರಿಯ ರೈಲು ಪ್ರಯಾಣ 34
11. ಅವಳೂರಲ್ಲೊಂದಿನ 38
12. ಒಂದು ಆಕಸ್ಮಿಕ ಭೇಟಿ 41
13. ಮತ್ತೊಂದು ರಾತ್ರಿ 44
14. ಒಂದು ಸಾವು ಒಂದು ಆಘಾತ 48
15. ಪುನರಾರಂಭ 52
16. ರಾಮೇಶ್ವರ ಪ್ರಯಾಣ 56
17. ಸೀರೆ ಪ್ರಹಸನ 59
18. ಗಂಗಾ ಪೂಜೆ 62
19. ಪಾಪು, ಪ್ರೀತಿ, ನೋವು 66

ಪರಿವಿಡಿಗಳು

20. ಮದುವೆ ಮತ್ತು ಮನಸ್ತಾಪ 70

21. ಮದುವೆಗೆ ಸಮ್ಮತಿ 74

22. ನಿರ್ಧಾರದ ಗೊಂದಲ 78

23. ಪ್ರೇಮ ಮತ್ತು ರವಿ ಮದುವೆ 81

ಲೇಖಕರ ಬಗ್ಗೆ 87

ಮುನ್ನುಡಿ

ಲೈಂಗಿಕ ಕೆಲಸವು "ಹಳೆಯ ವೃತ್ತಿ" ಎಂದು ಭಾವಿಸಲಾಗಿದೆ ಎಂದು ವ್ಯಾಪಕವಾಗಿ ಅರ್ಥೈಸಲಾಗಿದೆ, ಲೈಂಗಿಕ ಕಾರ್ಯಕರ್ತರು ಕೆಲಸದ ನಿಶ್ಯಬ್ದ ಸ್ವಭಾವದ ಕಾರಣದಿಂದ ವಿಪರೀತವಾಗಿ ಶೋಷಣೆಗೆ ಒಳಗಾಗುತ್ತಾರೆ. ಮಹಿಳಾ ಮತ್ತು ಮಕ್ಕಳ ಅಭಿವೃದ್ಧಿ ಸಚಿವಾಲಯವು 2008 ರಲ್ಲಿ ನಡೆಸಿದ ಸಮೀಕ್ಷೆಯ ಪ್ರಕಾರ, ದೇಶದಲ್ಲಿ ಸುಮಾರು 3 ಮಿಲಿಯನ್ ಮಹಿಳೆಯರು ಕೆಲವು ರೀತಿಯ ಲೈಂಗಿಕ ಕೆಲಸದಲ್ಲಿ ತೊಡಗಿಸಿಕೊಂಡಿದ್ದಾರೆ ಎಂದು ಅಂದಾಜಿಸಲಾಗಿದೆ.

ದೇಶದಲ್ಲಿ ಲೈಂಗಿಕ ಕಾರ್ಯಕರ್ತೆಯರು ಸಾಮಾನ್ಯ ನಾಗರಿಕರಿಗೆ ಇರುವಷ್ಟೇ ಹಕ್ಕುಗಳನ್ನು ಹೊಂದಿದ್ದಾರೆ ಎಂದು ಸುಪ್ರೀಂ ಕೋರ್ಟ್ ಪದೇ ಪದೇ ದೇಶಕ್ಕೆ ಸ್ಪಷ್ಟಪಡಿಸಿದೆ. ಇದು ಎಲ್ಲಾ ಮೂಲಭೂತ ಹಕ್ಕುಗಳನ್ನು ಒಳಗೊಂಡಿರುತ್ತದೆ ಮತ್ತು ಇದು ಅವರ ಕುಟುಂಬಗಳಿಗೂ ವಿಸ್ತರಿಸುತ್ತದೆ. 2010ರ ಬುಧದೇವ್ ಕರ್ಮಾಸ್ಕರ್ ವರ್ಸಸ್ ಸ್ಟೇಟ್ ಆಫ್ ವೆಸ್ಟ್ ಬೆಂಗಾಲ್ ಪ್ರಕರಣದ ತೀರ್ಪಿನಲ್ಲಿ ಈ ಕುರಿತು ಸುಪ್ರೀಂ ಕೋರ್ಟ್‌ನ ಪ್ರಮುಖ ತೀರ್ಪನ್ನು ಕಾಣಬಹುದು

ಅದೇನೆ ಇದ್ದರೂ ಲೈಂಗಿಕ ವೃತ್ತಿಯನ್ನು ಮಾಡುವ ಮಹಿಳೆಗೆ ಸಮಾಜದಲ್ಲಿ ಎಲ್ಲರಂತೆ ಗೌರವ ಸಿಗುವುದು ಕಷ್ಟ! ಲೈಂಗಿಕ ವೃತ್ತಿಯನ್ನು ಕೇವಲ ವೃತ್ತಿಯನ್ನಾಗಿ ನೋಡುವ ಮನೋಭಾವ ಪ್ರತಿಯೊಬ್ಬರಲ್ಲೂ ಬರಬೇಕಾಗಿದೆ, ಅವರಿಗೂ ಸಮಾಜದಲ್ಲಿ ಬದುಕುವ ಹಕ್ಕಿದೆ, ಸಮಾಜದಿಂದಲೇ ಅವರು ಆ ವೃತ್ತಿಯನ್ನು ಆಯ್ಕೆ ಮಾಡಿಕೊಂಡಿದ್ದಾರೆ ಮತ್ತು ಅವರ ಹಿಂದೆಯೂ ಒಂದು ಕಥೆಯಿದೆ ಎಂದು ಅರ್ಥ ಮಾಡಿಕೊಂಡರೆ ಒಂದಷ್ಟು ಸುಧಾರಣೆ ಖಂಡಿತ ಸಾಧ್ಯ.

ಇತ್ತೀಚೆಗೆ ಅವರಲ್ಲಿಯೂ ಸುಧಾರಣೆಗಳು ಕಂಡಿವೆ, ರಸ್ತೆಯಲ್ಲಿ ನಿಂತು ಪುರುಷರನ್ನು ಆಕರ್ಷಿಸುವವರ ಸಂಖ್ಯೆ ಮೊದಲಿನಂತಿಲ್ಲ, ಎಲ್ಲವೂ ಟೆಕ್ನಾಲಜಿಯ ಮೇಲೆ ನಡೆಯುತ್ತಿದೆ, ಅವರಿಗಾಗಿಯೇ ಸಾಮಾಜಿಕ ಜಾಲತಾಣಗಳು, ಕೆಲವು ಅಪ್ಲಿಕೇಶನ್ಗಳು ಕೆಲಸ ಮಾಡುತ್ತಿವೆ, ಅವರೂ ಕೂಡ ಸಮಾಜದ ಒಳಿತಿಗಾಗಿ ಹಲವು ಬದಲಾವಣೆಗೆ ಒಳಪಟ್ಟಿದ್ದಾರೆ, ಲೈಂಗಿಕ ಶಿಕ್ಷಣಕ್ಕೆ ತೆರೆದುಕೊಂಡು, ಕಡ್ಡಾಯ ಕಾಂಡೋಮ್ ಬಳಕೆ, ಗಿರಾಕಿ ನಿರ್ವಹಣೆ, ವೈಯಕ್ತಿಕ ಸ್ವಚ್ಛತೆ, ಲೈಂಗಿಕ ಮಾರ್ಗವಾಗಿ ಹರಡುವ ರೋಗಗಳು, ಹೆಚ್ ಐ ವಿ ಹೀಗೆ ಹಲವು ಬದಲಾವಣೆ ಪ್ರಸ್ತುತ ಲೈಂಗಿಕ ವೃತ್ತಿ ನಡೆಸುವ ಮಹಿಳೆಯರಲ್ಲಿದೆ.

ಪ್ರಸ್ತಾವನೆ

ಭಾರತದಲ್ಲಿ ವೇಶ್ಯಾವಾಟಿಕೆಯು ಕಾನೂನು ಸ್ಥಾನಮಾನವನ್ನು ಹೊಂದಿದೆ, ಆದರೆ ಅದರ ಪಕ್ಕದಲ್ಲಿ ಬೃಹತ್ ನಕ್ಷತ್ರ ಚಿಹ್ನೆಯನ್ನು ಹೊಂದಿದೆ. ಮೂಲಭೂತವಾಗಿ, ನಮ್ಮ ಕಾನೂನು ಚೌಕಟ್ಟು ದೇಶದೊಳಗೆ ಸ್ವಇಚ್ಛೆಯಿಂದ ಲೈಂಗಿಕ ಕೆಲಸವನ್ನು ಅಭ್ಯಾಸ ಮಾಡುವವರಿಗೆ ಹಲವಾರು ಹಕ್ಕುಗಳನ್ನು ನೀಡುತ್ತದೆ. ಆದರೆ, ಯಾವುದೇ ರೀತಿಯ ಪಿಂಪಿಂಗ್, ಸಾರ್ವಜನಿಕ ಪ್ರದೇಶಗಳಲ್ಲಿ ಸೇವೆಗಳನ್ನು ಕೋರುವುದು, ವೇಶ್ಯಾಗೃಹವನ್ನು ನಡೆಸುವುದು, ಪ್ಯಾಂಡರಿಂಗ್ ಮತ್ತು ನಿಸ್ಸಂಶಯವಾಗಿ, ಅಪ್ರಾಪ್ತ ವಯಸ್ಕರ ಮನವಿಯನ್ನು ಕಟ್ಟುನಿಟ್ಟಾಗಿ ನಿಷೇಧಿಸಲಾಗಿದೆ.

ಸ್ವತಂತ್ರವಾಗಿ ನಡೆಸುವ ಲೈಂಗಿಕ ವೃತ್ತಿ ಕಾನೂನು ಪ್ರಕಾರ ಅಪರಾಧವಲ್ಲ ಎಂಬುದು ಸಾಕಷ್ಟು ಜನರಿಗೆ ತಿಳಿದಿಲ್ಲ, ಅಂತೆಯೇ ಸಮಾಜದಲ್ಲಿ ದುರ್ನಡತೆ ತೋರುವ ಕೆಲವು ಲೈಂಗಿಕ ಕಾರ್ಯಕರ್ತೆಯರ ಇರುವಿಕೆಯೂ ಸುಳ್ಳಲ್ಲ, ಅವರ ಮೇಲೆ ನಡೆಯುವ ದೌರ್ಜನ್ಯವೂ ಇಲ್ಲಿಯವರೆಗೆ ನಿಂತಿಲ್ಲ, ಸಮಾಜ ಅವರನ್ನು ನೋಡುವ ದೃಷ್ಟಿಕೋನ ಬದಲಾಗಬೇಕು, ಅದರ ಪ್ರಾರಂಭ ಈ ಕೃತಿಯಿಂದ ಸಾಧ್ಯವಾದರೆ ಅದೇ ಬಹುದೊಡ್ಡ ಬಹುಮಾನ.

ಅವಳು ಕೃತಿಯನ್ನು ಓದುವ ಪ್ರತಿಯೊಬ್ಬ ಪುರುಷನು ತನ್ನನ್ನು ತಾನು ನಾಯಕನ ಪಾತ್ರದಲ್ಲಿಯೂ, ಮಹಿಳೆಯು ನಾಯಕಿ ಪ್ರೇಮಳ ಪಾತ್ರದಲ್ಲಿಯೂ ತಮ್ಮನ್ನು ತಾವು ತೊಡಗಿಸಿಕೊಂಡು ಸಂಪೂರ್ಣವಾಗಿ ಪರಕಾಯ ಪ್ರವೇಶ ಮಾಡುವಂತೆ ಅನಿಸಿದರೆ, ಕೃತಿಯ ಮೂಲ ಉದ್ದೇಶ ಈಡೇರಿದಂತೆ. ಅಲ್ಲಲ್ಲಿ ಬರುವ ಹಲವು ಪಾತ್ರಗಳು ಒಂದಷ್ಟು ಜನರಿಗೆ ಹೋಲಿಕೆಯಾಗಬಹುದು.

ಇಲ್ಲಿನ ಪಾತ್ರಗಳು ನಿಮ್ಮ ಜೀವನದಲ್ಲಿ ಎಲ್ಲಿಯೋ ನೋಡಿದ, ಕೇಳಿದ ಪಾತ್ರಗಳಂತೆ ಕಂಡರೂ ಕಥೆಯ ದೃಷ್ಟಿಯಿಂದ ಓದಿ ಮತ್ತು ಸಮಾಜಕ್ಕೆ ಈ ಮೂಲಕ ಹೇಳಲು ಹೊರಟಿರುವ ಸಂದೇಶ ತಲುಪಿಸಿದರೆ ಸಾಕು. ಕೃತಿಯ ಓದಿನ ನಂತರ ಲೈಂಗಿಕ ವೃತ್ತಿಯೂ ಕೂಡ ಒಂದು ವೃತ್ತಿಯಷ್ಟೇ ಅದರ ಹೊರತಾಗಿ ಮತ್ತೇನು ಅಲ್ಲಿಲ್ಲ, ಈ ಕೆಲಸ ಮಾಡುವ ಹೆಣ್ಣು ಹಣಮಾಡುವ ಉದ್ಧೇಶದಿಂದಲೇ ಬಂದಿದ್ದಾಳೆ ಎನ್ನುವ ದೃಷ್ಟಿಕೋನ ಬದಲಾಗಬೇಕು, ಅವರಿಗೂ ಸಮಾಜದಲ್ಲಿ ಎಲ್ಲರಂತೆ ಗೌರವದಿಂದ ಬದುಕುವಂತಾಗಬೇಕು

ಕಡೇ ಪಕ್ಷ ಇವರೊಂದಿಗೆ ಗಿರಾಕಿಗಳಾಗಿ ಹೋಗುವ ನಾವು ಅವರೊಂದಿಗೆ ಗೌರವದಿಂದ ನಡೆದುಕೊಂಡು ದೌರ್ಜನ್ಯವೆಸಗದಿದ್ದರೆ ಅಷ್ಟೇ ಸಾಕು!

ಸ್ವೀಕೃತಿಗಳು

ಹಲವು ಕಾರಣಗಳಿಂದ ಮೊದಲ ಬಾರಿಗೆ ಬೆಂಗಳೂರಿಗೆ ಬರುವವರೆಲ್ಲರೂ ಮೆಜೆಸ್ಟಿಕ್ ಎಂಬ ಮಹಾ ಬಸ್‌ನಲ್ದಾಣವನ್ನು ದಾಟಲೇಬೇಕು, ಇದೊಂಥರ ಬೆಂಗಳೂರಿನ ದ್ವಾರಬಾಗಿಲಿನಂತೆ, ಇಲ್ಲಿ ದಿನವೊಂದಕ್ಕೆ ಸಾವಿರಾರು ಪ್ರಯಾಣಿಕರು ಬಂದು ಹೋಗುತ್ತಾರೆ, ಇಂತಹವರಿಗಾಗಿಯೇ ಸಾಕಷ್ಟು ವ್ಯಾಪಾರಸ್ಥರು ಅಲ್ಲಿ ತಮ್ಮ ವಹಿವಾಟು ನಡುಸುತ್ತಾರೆ. ಬಟ್ಟೆ, ಚಪ್ಪಲಿ, ಬ್ಯಾಗು, ಬೆಲ್ಟ್, ಕನ್ನಡಕ, ಹಣ್ಣು ಹೀಗೆ ತರಹೇವಾರಿ ಅಗತ್ಯ ವಸ್ತುಗಳು ಸಿಗುವ ಈ ಜಾಗದಲ್ಲಿ ಅದೊಂದು ವ್ಯಾಪಾರವೂ ನಡೆಯುವುದು ಗುಟ್ಟಾಗಿ ಉಳಿದಿಲ್ಲ!

ಲೈಂಗಿಕ ಕೆಲಸ ಮಾಡುವ ಹಲವು ಹೆಣ್ಣುಮಕ್ಕಳು ಸುಂದರವಾಗಿ ತಯಾರಾಗಿ ತಮ್ಮ ದಿನನಿತ್ಯದ ವಾಪಾರಕ್ಕೆ ನಿಂತು ಪುರುಷರನ್ನು ಆಕರ್ಷಿಸುವ ಕೆಲಸ ಮಾಡುತ್ತಿರುತ್ತಾರೆ, ಇವರಲ್ಲಿ ಕೆಲವರು ತೃತೀಯ ಲಿಂಗಿಗಳೂ ಕೂಡ ಸೇರಿದ್ದಾರೆ. ಹೊಸದಾಗಿ ಬೆಂಗಳೂರಿಗೆ ಬರುವ, ಕುಟುಂಬದಿಂದ ದೂರ ಉಳಿದಿರುವ ಒಂಟಿ ಪುರುಷ ವಲಸಿಗರನ್ನು, ಕಾಲೇಜು ಹುಡುಗರನ್ನು ಆಕರ್ಷಿಸಿ ತಮ್ಮ ಹೊಟ್ಟೆ ತುಂಬಿಸಿಕೊಳ್ಳುವ ಕಾರ್ಯ ಇವರದು, ಇದರಲ್ಲಿ ಲಾಭದ ಉದ್ದೇಶವಿಲ್ಲ, ನೀಡುವ ಹಣ ಅವತ್ತಿನ ಹೊಟ್ಟೆ ತುಂಬಿಸಿದರಾಯ್ತು.

ಕೆಲವು ಬಾರಿ ಈ ರೀತಿಯ ಆಸೆಗೆ ಬಿದ್ದು ಅವರ ಹಿಂದೆ ಹೋದ ಹುಡುಗರನ್ನು ತಮ್ಮ ರೂಮ್ಗಳಿಗೆ ಕರೆದುಕೊಂಡು ಹೋಗಿ ದರೋಡೆ ಮಾಡಿ, ಇರುವುದೆಲ್ಲವನ್ನು ಬಿಚ್ಚಿಸಿ ಕಳುಹಿಸಿದ ಉದಾಹರಣೆಗಳೂ ಇವೆ, ಇದನ್ನೂ ಎಲ್ಲಿಯೂ ಹೇಳಿಕೊಳ್ಳಲಾಗದೆ, ಪೊಲೀಸರಿಗೂ ದೂರು ನೀಡಲಾಗದೆ ಸುಮ್ಮನೆ ಹಿಂತಿರುಗಿ ಹೋದವರೆಷ್ಟೋ.

ಇದೊಂತರ ಮಾಯಾ ನಿಲ್ದಾಣ ಹಲವು ಜನರಿಗೆ ಬದುಕು ಕಟ್ಟಿಕೊಟ್ಟ ಜಾಗ, ಹಲವರು ಬದುಕು ಕಳೆದುಕೊಂಡ ಜಾಗ, ಕೆಲವರಿಗೆ ಬದುಕು ಬದಲಾದ ಜಾಗ, ಇಲ್ಲಿ ಒಂದು ರಾತ್ರಿ ಕಳೆದು ಬದುಕನ್ನು ನೋಡುವ ದೃಷ್ಟಿಕೋನ ಬದಲಿಸಿ ಯಶಸ್ವಿಯಾದವರೂ ನಮ್ಮಲ್ಲಿದ್ದಾರೆ. ಇಂತಹ ಜಾಗದಲ್ಲಿ ಆರಂಭವಾದ ಕಥೆ "ಅವಳು".

ಸುಮಾರು ೭ ವರ್ಷಗಳ ಸುದೀರ್ಘ ಪ್ರಯಾಣ ಈ ಕಾದಂಬರಿಯೊಂದಿಗೆ ಸಾಗಿ ಬಂದಿದೆ, ಮೆಜೆಸ್ಟಿಕ್ ನಲ್ಲಿ ಪ್ರಾರಂಭವಾದ ಈ ಕಥೆ ಮುಕ್ತಾಯವಾಗುವುದು ಒಂದು ಕುಗ್ರಾಮದಲ್ಲಿ.... ಓದಿ..ಹರಸಿ..ಹಾರೈಸಿ

ಪೀಠಿಕೆ

"ಅವಳು" ನಾ ಕಂಡ ಬದುಕಿನ ಅದ್ಭುತ ದಿನಗಳು. ಈ ಕಾದಂಬರಿ ಸುಮಾರು ೭ ವರ್ಷಗಳ ಕಾಲ ಬರೆಯಿಸಿಕೊಂಡ ಕೃತಿ, ೨೦೧೬-೨೦೧೭ ರ ಕಾಲದಲ್ಲಿ ಸಾಮಾನ್ಯವಾಗಿ ಕಾಣಸಿಗುತ್ತಿದ್ದ ದೈಹಿಕ ವ್ಯಾಪಾರದ ಬಗೆಗಿನ ಆಸಕ್ತಿಯಿಂದ ಆಕಸ್ಮಿಕವಾಗಿ ಹುಟ್ಟಿಕೊಂಡು ಮುಂದಿನ ೭ ವರ್ಷಗಳ ಕಾಲ ಸತತವಾಗಿ ಕಾಡುತ್ತಾ ಸಂಚಿಕೆಗಳ ರೂಪದಲ್ಲಿ ಕೆಲವು ಪತ್ರಿಕೆಗಳಲ್ಲಿ ಪ್ರಕಟವಾಗಿತ್ತು, ಈಗ ಅದನ್ನೆಲ್ಲಾ ಒಟ್ಟು ಮಾಡಿ ಒಂದೇ ಪುಸ್ತಕದ ರೂಪದಲ್ಲಿ ಓದುಗರ ಮುಂದಿಡುವ ಪ್ರಯತ್ನವಾಗುತ್ತಿದೆ.

ಈ ಕೃತಿ ಲೈಂಗಿಕ ವೃತ್ತಿ ಮಾಡುವ ಮಹಿಳೆಯ ಸುತ್ತ ಚಾಚಿಕೊಂಡಿದೆ, ಹುಡುಗಿಯೊಬ್ಬಳು ಲೈಂಗಿಕ ವೃತ್ತಿಯನ್ನು ಆರಿಸಿಕೊಳ್ಳುವಾಗಿನ ಸನ್ನಿವೇಶ, ವೃತ್ತಿಯಲ್ಲಿ ಎದುರಾಗುವ ನೋವುಗಳು, ವೃತ್ತಿಗೆ ಬರುವ ಕಾರಣಗಳು ಹೀಗೆ ಹಲವು ಆಯಾಮಗಳಲ್ಲಿ ಈ ಕೃತಿ ಬೆಳಕು ಚೆಲ್ಲುವ ಪ್ರಯತ್ನ ಮಾಡುತ್ತದೆ. ಪ್ರೇಮ ಎನ್ನುವ ಹುಡುಗಿಯೊಬ್ಬಳು ಲೈಂಗಿಕ ವೃತ್ತಿಗೆ ಬಲವಂತವಾಗಿ ಇಳಿಯುವ ಮತ್ತು ಅದರಲ್ಲಿ ಮುಂದುವರೆಯುವಂತೆ ಮಾಡುವ ಸನ್ನಿವೇಶಗಳನ್ನು ಯಥಾವತ್ತಾಗಿ ಕಟ್ಟಿಕೊಡುವ ಸಣ್ಣ ಪ್ರಯತ್ನವಷ್ಟೇ. ಪ್ರೇಮ ಎಂಬುದು ಒಂದು ಕಾಲ್ಪನಿಕ ಪಾತ್ರ!

ಓದುಗರ ಅನುಕೂಲಕ್ಕಾಗಿ ಮತ್ತು ಬರವಣಿಗೆಯ ಮೌಲ್ಯವನ್ನು ಉಳಿಸಲು ಕೆಲವು ವಿಷಯಗಳನ್ನು ಸಂಕಲನ ಮಾಡಲಾಗಿದೆ ಅಲ್ಲದೆ ಎರಡು ಪಾತ್ರಗಳ ನಡುವೆ ನಡೆದ ಸಂಭಾಷಣೆಯಲ್ಲಿದ್ದ ಕೆಲವು ಕೆಳಮಟ್ಟದ ಭಾಷೆಯನ್ನು ಬದಲಿಸಿ ಅಕ್ಷರ ರೂಪ ನೀಡಲಾಗಿದೆ.

1

ಅವಳು ಮತ್ತು ನಾನು

ಇದ್ದಕ್ಕಿದ್ದಂತೆ ಯಾರೋ ನನ್ನ ಹೊಟ್ಟೆಯನ್ನು ಬಳಸುತ್ತಾ "ಬರ್ತೀಯಾ" ಎಂದು ಕೇಳಿದಾಗಲೇ ನಾನು ವಾಸ್ತವ ಪ್ರಪಂಚಕ್ಕೆ ಬಂದದ್ದು.
ಮೆಜೆಸ್ಟಿಕ್ ನಿಲ್ದಾಣದಲ್ಲಿ ನೆಡೆಯುತ್ತಾ ಬರುತ್ತಿದ್ದ ನನಗೆ ಎದುರಾದ ಅನಿರೀಕ್ಷಿತ ಘಟನೆ ಒಂದು ಕ್ಷಣ ಭಯ ಬೀಳಿಸಿದ್ದಂತು ಸುಳ್ಳಲ್ಲ, ಅಷ್ಟಕ್ಕೂ ನನ್ನ ಬರ್ತೀಯ

ಎಂದು ಕೇಳಿದವಳೇ ಅವಳು..!!

ಅವಳ್ಯಾರು, ಹೆಸರೇನು ಏನೊಂದೂ ನನಗೆ ಗೊತ್ತಿಲ್ಲ ಈ ಮೊದಲು ಅವಳನ್ನು ನೋಡಿದ ಪರಿಚಯವೂ ನನಗಿಲ್ಲ ಸುಮಾರು 20ರ ಆಸುಪಾಸಿನ ಕೃಷ್ಣಸುಂದರಿ ಅವಳು. ಕೆಲಕಾಲ ಅವಳನ್ನೇ ದಿಟ್ಟಿಸಿ ನೋಡಿದ ನಾನು ಅವಳ ಅಂದವನ್ನು ಲೆಕ್ಕ ಹಾಕಿದ್ದೆ, ಹೇಳಿಕೊಳ್ಳುವಂತಹ ಚೆಲುವು ಅವಳದಾಗಿಲ್ಲವಾದರೂ ನೋಡಲು ಸುಂದರವಾಗಿಯೇ ಕಾಣುತ್ತಿದ್ದಳು ಗಾಢ ಬಣ್ಣದ ಚೂಡಿದರ್ ತೊಟ್ಟು ತುಸು ಹೆಚ್ಚೆ ಎನ್ನುವಂತಹ ಅಲಂಕಾರದೊಂದಿಗೆ ಬಂದಿದ್ದ ಅವಳು ನನ್ನನ್ನು ಬಳಸಿ ಹಿಡಿದಿದ್ದಳು, ಅವಳ ಹಿಡಿತಕ್ಕೆ ಯಾವುದೋ ಭಾವನಾ ಲೋಕದಲ್ಲಿ ತೇಲುತ್ತಾ ಮೆಜೆಸ್ಟಿಕ್ ನಲ್ಲಿ ನೆಡೆದು ಬರುತ್ತಿದ್ದ ನನಗೆ ಒಮ್ಮೆಲೇ ಧರೆಗಿಳಿದ ಅನುಭವವಾಗಿತ್ತು ನಾನು ಅವಳನ್ನೇ ದಿಟ್ಟಿಸಿ ನೋಡುತ್ತಾ ಅವಳ ಬಿಗಿ ಹಿಡಿತವನ್ನು ಬಿಡಿಕೊಳ್ಳುವ ಪ್ರಯತ್ನ ಮಾಡುತ್ತಿದ್ದೆ ನಡು ರಸ್ತೆಯಲ್ಲಿ ಈ ರೀತಿಯಾದದ್ದು ನನಗೆ ಮುಜುಗರವನ್ನುಂಟು ಮಾಡಿತ್ತು ನಾನು ಬಿಡಿಸಿಕೊಳ್ಳಲು ಪ್ರಯತ್ನಿಸಿದಷ್ಟು ಆಕೆಯ ಹಿಡಿತ ಬಿಗಿಯಾಗುತ್ತಿತ್ತು ನಡುರಸ್ತೆಯಾಗಿದ್ದರಿಂದಲೇ ನಾನು ಬಿಡಿಸಿ ಕೊಳ್ಳುವ ಪ್ರಯತ್ನ ಮಾಡಿದ್ದಿರಬೇಕು ಇದೇ ಪರಿಸ್ಥಿತಿ ಏಕಾಂತದಲ್ಲಿ ಆಗಿದ್ದರೆ ನನ್ನ ಪ್ರತಿಕ್ರಿಯೆ ಬೇರೆಯೇ ಇರಬಹುದಿತ್ತು ಎಂದು ನಂತರದಲ್ಲಿ ನನಗನಿಸುತ್ತಿತ್ತು.

ಅವಳು ತಬ್ಬಿಕೊಂಡಾಗ ಘಮ್ ಎನ್ನುತ್ತಿದ್ದ ಅವಳ ದೇಹ ನನ್ನನ್ನು ಆಕರ್ಷಿಸುತ್ತಿತ್ತು ಗಾಢ ಗುಲಾಬಿ ಬಣ್ಣದ ತುಟಿಗಳು ನನ್ನ ದೃಷ್ಟಿಯನ್ನು ಬದಲಿಸಲು ಬಿಡಲಿಲ್ಲ ಆದರೂ ನಾನವಳನ್ನು ದೂರ ತಳ್ಳಿದೆ ಆಗವಳು "800ರೂ ಅಷ್ಟೇ ಬಾ" ಎಂದಳು ನಾನು ಏನೂ ಮಾತನಾಡದೆ ಅಲ್ಲಿಂದ ಸ್ವಲ್ಪ ವೇಗವಾಗಿ ನೆಡೆದು ಬರುತ್ತಿದ್ದೆ ಅವಳು ಸ್ವಲ್ಪ ಸಮಯ ನನ್ನನ್ನೇ ನೋಡುತ್ತಿದ್ದಳು ನಾನು ಅವಳನ್ನೇ ಗಮನಿಸುತ್ತಾ ಮುಂದೆ ನೆಡೆಯುತ್ತಿದ್ದೆ ತಕ್ಷಣವೆ ಅವಳು ಮತ್ತೊಬ್ಬ ಗಿರಾಕಿಯನ್ನು ಹುಡುಕಲು ಶುರುಮಾಡಿದಳು ಆಕೆಯ ವೃತ್ತಿ ಏನೆಂದು ಸ್ಪಷ್ಟವಾಗಿತ್ತಾದರೂ ಯಾಕೊ ಒಂದು ರೀತಿಯ ಅನುಮಾನ ಕಾಡುತ್ತಿತ್ತು ಅವಳು ಅಲ್ಲಿ ನೆಡೆದಾಡುವ ಎಲ್ಲಾ ಗಂಡಸರನ್ನು ಕರೆಯುತ್ತಿರಲಿಲ್ಲ ಕೆಲವರನ್ನು ಮಾತ್ರವೇ ಅದೂ ಕೂಡ ಮಾತಿನಲ್ಲಿಯೇ ಆಹ್ವಾನ ನೀಡುತ್ತಿದ್ದಳು ಯಾರೊಬ್ಬರನ್ನೂ ಕೈ ಹಿಡಿದು ಎಳೆಯಲಿಲ್ಲ ನನ್ನ ಹಾಗೆ ತಬ್ಬಲಿಲ್ಲ ಸುಮಾರು 20 ರಿಂದ 30 ಗಂಡಸರು ಅವಳ ಮುಂದೆ ನೆಡೆದು ಹೋದರೂ ಕೂಡ ಅವಳು ಮಾತನಾಡಿಸಿದ್ದು 3-4 ಜನರನ್ನು ಮಾತ್ರ!

ಹೀಗ್ಯಾಕೆ ಅವಳ ವರ್ತನೆ? ಅದೇ ವೃತ್ತಿಯನ್ನೇ ಮಾಡುತ್ತಿರುವಾಗ ಅದರಲ್ಲಿ ಆಯ್ಕೆ ಮಾಡಿ ಆಹ್ವಾನ ನೀಡುವಂತಹುದು ಏನಿರಬಹುದು? ಅರ್ಥವಾಗಲಿಲ್ಲ. ಪುನಃ

ಹಿಂತಿರುಗಿ ಅವಳ ಬಳಿ ಹೋಗಿ ಎಲ್ಲವನ್ನೂ ಕೇಳಿ ತಿಳಿದು ಕೊಳ್ಳಬೇಕೆನಿಸಿತು ಆದರೆ ಮತ್ತೆ ಹೇಗೆ ವರ್ತಿಸುವಳೋ ಎಂಬ ಭಯದಿಂದ ಹಿಂಜರಿದೆ, ಸ್ವಲ್ಪ ಧೈರ್ಯ ಮಾಡಿ ಮತ್ತೊಮ್ಮೆ ಅವಳನ್ನು ಹತ್ತಿರದಿಂದ ನೋಡಬಹುದು ಎಂದುಕೊಂಡು ಅವಳ ಕಡೆಗೆ ಹೆಜ್ಜೆ ಹಾಕಿದೆ.

ನಾ ಅವಳ ಕಡೆಗೆ ಬರುತ್ತಿರುವುದನ್ನು ಆಕೆ ಗಮನಿಸಿರಲಿಲ್ಲ ಅಷ್ಟರಲ್ಲಿ ನಾನು ಅವಳನ್ನು ಸಮೀಪಿಸಿದ್ದೆ ಮತ್ತದೇ ಘಮ್ ಎನ್ನುವ ಸುಗಂಧದ ವಾಸನೆ ನನ್ನನ್ನು ಆಕರ್ಷಿಸಿತು ಹಾಗೆಯೇ ಅವಳನ್ನು ಹೇಗೆ ಕರೆಯಬೇಕೆಂದು ತೋಚದೆ "ಹೆಲೋ ಮೇಡಮ್" ಎಂದೆ!

ತಕ್ಷಣ ತಿರುಗಿದವಳ ಕಣ್ಣಲ್ಲಿ ಒಂದು ರೀತಿಯ ಆಶ್ಚರ್ಯ ಮತ್ತು ಆಸೆಯ ಭಾವವಿರುವುದನ್ನು ನಾ ಗುರುತಿಸಿದೆ "ಹೋ ಬಂದ್ರ ಆವಾಗಲೇ ಬೇಡ ಅಂತ ಹೋದ್ರಿ" ಎಂದು ವ್ಯಂಗ್ಯವಾಗಿ ಪ್ರಶ್ನಿಸುತ್ತ ಮಾದಕ ನೋಟ ಬೀರಿದಳು. ನಾನು ತಡಬಡಾಯಿಸುತ್ತಾ "ಇಲ್ಲಾ...ಅದು..ಅದಕ್ಕಲ್ಲ..ನಾನು..ಬಂದದ್ದು.." ಎಂದು ತಡವರಿಸುತ್ತಿದ್ದಾಗಲೇ ಆಕೆ "ನಂಗೊತ್ತು ಬಾ 800 ಬೇಡ 600 ಕೊಡು ಸಾಕು" ಎಂದೇ ಬಿಟ್ಟಳು, ನನ್ನ ಮಾತನ್ನು ಕೇಳುವ ವ್ಯವಧಾನವೇ ಆಕೆಗಿರಲಿಲ್ಲ ನನಗೆ ಮತ್ತೆ ಬಂದು ತಗಲಾಕಿಕೊಂಡ ಭಯ ಆವರಿಸುತ್ತಿತ್ತು..??!

ನಾನು ಬಾಯಿ ತೆರೆವ ಮೊದಲೇ ಅದೆಲ್ಲಿಂದಲೋ ಒಂದು ಆಟೋ ಬಂದು ನಿಂತಿತ್ತು ಅದರಲ್ಲಿ ಹತ್ತಿದವಳೇ ನನ್ನ ಕೈ ಹಿಡಿದು ಎಳೆದುಕೊಂಡಳು ನಾನು ಮರು ಮಾತನಾಡದೆ ಆಟೋ ಏರಿ ಕುಳಿತುಬಿಟ್ಟೆ.

ಆಟೋ ಚಾಲಕ ವಿಚಿತ್ರವಾದ ನಗುವಿನೊಂದಿಗೆ ಎಲ್ಲಿಗೆ? ಅಂತಲೂ ಪ್ರಶ್ನಿಸದೆ ಆಟೋ ಚಲಾಯಿಸ ತೊಡಗಿದ! ಅಬ್ಬಾ ನನಗಂತು ಕಿರುಚುವುದೊಂದೇ ಬಾಕಿ ಗಂಟಲಿನಲ್ಲಿ ಸ್ವರವೇ ಹೊರಡುತ್ತಿರಲಿಲ್ಲ ಚಾಲಕನ ಅರ್ಥವಾಗದ ನಗು ಒಂದು ಕಡೆಯಾದರೆ, ನಾವೆಲ್ಲಿಗೆ ಹೋಗುತ್ತಿದ್ದೇವೆ ಎಂಬ ಯಕ್ಷಪ್ರಶ್ನೆಯೊಂದಿಗೆ ಪಕ್ಕದಲ್ಲಿ ಕುಳಿತಿದ್ದವಳ ದೇಹದಿಂದ ಬರುತ್ತಿದ್ದ ಸುಗಂಧದ ಪರಿಮಳ ನನ್ನನ್ನು ಉತ್ತೇಜಿಸುತ್ತಿತ್ತು ನಿಜ ಹೇಳಬೇಕೆಂದರೆ ಆ ಸುವಾಸನೆಯಿಂದಲೇ ನಾನು ಉದ್ರೇಕಗೊಳ್ಳುತ್ತಿದ್ದೆ! ಏನಾದರು ಆಗಲಿ ಒಂದು ಕೈ ನೋಡಿಯೇ ಬಿಡೋಣ ಎನಿಸಿ ಒಂಥರಾ ಅವ್ಯಕ್ತ ಭಾವ ಮೂಡುತ್ತಿತ್ತು ನೋಡುತ್ತಿದ್ದಂತೆಯೇ ಆಕೆ ನನ್ನ ಭುಜದ ಮೇಲೆ ಒರಗಿಕೊಂಡು ತೋಳನ್ನು ಹಿಡಿದುಕೊಂಡಳು.

ನಾನು ನಿಧಾನವಾಗಿ ಮಾತು ಪ್ರಾರಂಭಿಸಿದೆ, "ನಾವು ಎಲ್ಲಿಗೆ ಹೋಗ್ತಾ ಇದ್ದೀವಿ"?! ತಕ್ಷಣ ಅವಳು "ಗೊತ್ತಾಗುತ್ತೆ ಬಾ ನಂದೆ ಜಾಗ ಏನೂ ತೊಂದರೆ ಇಲ್ಲ ಹೆದರಬೇಡ" ಎಂದು ಸಮಾಧಾನಿಸಲು ಪ್ರಯತ್ನಿಸಿದಳು.

ನನ್ನ ಪ್ರಶ್ನೆ ಬೇರೆ ರೀತಿಯದ್ದಾಗಿತ್ತು ಅವಳ ಉತ್ತರ ಮತ್ತೊಂದು ರೀತಿಯಲ್ಲಿತ್ತು. ಚಾಲಕನ ನಗು ಹಾಗೆಯೇ ಮುಂದುವರೆದಿತ್ತು.

ನೋಡುತ್ತಿದ್ದಂತೆಯೇ ರಸ್ತೆಗಳನ್ನು ಸೀಳಿಕೊಂಡು ಯಾವುದೋ ವಠಾರದ ರೀತಿಯಲ್ಲಿರುವ ಮನೆಗಳ ಗುಂಪಿನ ಕಡೆಗೆ ಆಟೋ ನುಗ್ಗುತಿತ್ತು, ಸಂಧಿಗೊಂದಿಗಳಲ್ಲಿ ಪ್ರಯಾಣಿಸಿ ಕೊನೆಗೆ ಯಾವುದೋ ಒಂದು ಶೀಟಿನ ಮನೆಯ ಮುಂದೆ ನಿಲ್ಲಿಸಿದ, ಆ ಮನೆಗೆ ಹೊರಗಿನಿಂದ ಬಣ್ಣವೂ ಇರಲಿಲ್ಲ, ಸುತ್ತಲೂ ಮನೆಗಳಿವೆ, ಜನರಿದ್ದಾರೆ, ಚರಂಡಿ ಹರಿಯುತ್ತಿದೆ ಅದರಿಂದ ವಾಸನೆಯೂ ಬರುತ್ತಿದೆ, ಸುತ್ತ ಇದ್ದ ಕೆಲವು ಹೆಂಗಸರು ಅವರವರ ಮನೆಯ ಮುಂದಿನಿಂದಲೇ ನಮ್ಮನ್ನು ಗಮನಿಸಲು ಪ್ರಾರಂಭಿಸಿದರು. ಆದರೆ ಯಾರೊಬ್ಬರೂ ಬಂದು ಏನೂ ಪ್ರಶ್ನಿಸಲಿಲ್ಲ ಆಟೋ ಇಳಿಯುವಂತೆ ಅವಳು ಸೂಚಿಸಿದಳು ನಾನು ಇಳಿದವನೆ ಸುತ್ತಲೂ ಕಣ್ಣಾಡಿಸುತ್ತಿದ್ದೆ ಅಷ್ಟರಲ್ಲಿ ಅವಳು ಆ ಮನೆಯ ಕಡೆ ಹೋಗಿ ಬಾಗಿಲು ತೆಗೆಯುತ್ತಿದ್ದಳು ನಾನು ಅವಳನ್ನೇ ಹಿಂಬಾಲಿಸಲು ಹೋದೆ ಅಷ್ಟರಲ್ಲಿ ಚಾಲಕ "ರೀ, ದುಡ್ ಕೊಟ್ ಹೋಗ್ರಿ" ಎಂದ. ಅಯ್ಯೋ ಅದೂ ನಾನೇ ಕೊಡ್ಬೇಕಾ ಅಂದುಕೊಂಡು ಎಷ್ಟಾಯ್ತು ಅಂದೆ "100ರೂ ಕೊಡಿ" ಅಂದ ನಾನು ಎಲ್ಲಿ ಮೀಟರ್ ಹಾಕಿಲ್ವ ಅಂದೆ ಅದಕ್ಕಾತ ನಿಮ್ಮತ್ರಾನೇ ಇದ್ಯಲ್ಲ ಮೀಟ್ರು ಹಾಕೊಂಡ್ ಒಳಗೋಗಿ, ಮೊದ್ಲು 100ರೂ ಕೊಡಿ ಎಂದ. ಅವನ ಮಾತಿಗೆ ಭಯವಾಗಿ 100ರೂ ಕೊಟ್ಟು ಅವಳ ಮನೆ ಕಡೆ ತಿರುಗಿದೆ ಅವಳು ಕಾಣಲಿಲ್ಲ ಬಾಗಿಲು ತೆರೆದೇ ಇತ್ತು ಒಳಗೆ ಹೋಗಲು ಧೈರ್ಯ ಬರುತ್ತಿರಲಿಲ್ಲ. ಏನು ಮಾಡಬೇಕೆಂದು ತಿಳಿಯದೆ ಅತ್ತಿತ್ತ ನೋಡುತ್ತಾ ನಿಂತಿದ್ದೆ ಅಷ್ಟರಲ್ಲಿ ಅವಳು ಹೊರಬಂದವಳೇ "ಹೇ ಬಾರೋ ಲೇಟ್ ಆಗಿದೆ ಈಗ್ಲೇ" ಅಂಥ ಕಿರುಚಿದಳು. ಅಲ್ಲಿದ್ದವರೆಲ್ಲರೂ ನನ್ನನ್ನೇ ನೋಡಲು ಪ್ರಾರಂಭಿಸಿದರು, ನಾನು ಬೆವೆತು ಹೋದೆ ತಕ್ಷಣವೇ ಓಡಿಹೋಗಿ ಮನೆ ಪ್ರವೇಶಿಸಿದೆ ಅವಳು ಬಾಗಿಲು ಹಾಕಿದಳು!

2

ವೇಶ್ಯಾ ವತಾರ

ಅದೊಂದು ತೀರಾ ಚಿಕ್ಕ ಮನೆ ಅಲ್ಲ ಕೋಣೆ ಎನ್ನಬಹುದು, ಅಲ್ಲಿ ಯಾರು ಇಲ್ಲ ಒಂದೇ ಒಂದು ಚಿಕ್ಕ TV, ಒಂದಷ್ಟು ಬಟ್ಟೆಗಳ ರಾಶಿ, ಕನ್ನಡಿ, ಅಲಂಕಾರದ ಡಬ್ಬಗಳು ಅಷ್ಟೇ. ಹಾ.. ಮರೆತೆ ಮುಖ್ಯವಾಗಿ ಅಲ್ಲೊಂದು ಬೆಡ್ ಇತ್ತು ಆದರೆ ಮಂಚದ ವ್ಯವಸ್ಥೆ ಇಲ್ಲ, ಕುಳಿತುಕೊಳ್ಳಲು ಕುರ್ಚಿ ಕೂಡ ಕಾಣಲಿಲ್ಲ, ನಿಂತುಕೊಂಡೇ ಸುತ್ತಲೂ ನೋಡುತ್ತಿದ್ದೆ ಅಷ್ಟರಲ್ಲಿ ಅವಳು "ನೋಡು 600ರೂ ಕೊಡ್ಬೇಕು 10ನಿಮಿಷ ಅಷ್ಟೇ" ಅಂದಳು. ನಾನು ಅವಳನ್ನೇ ದಿಟ್ಟಿಸುತ್ತಿದ್ದೆ ಅಷ್ಟರಲ್ಲಿ ಅವಳೇ ನನ್ನ ಕೈ ಹಿಡಿದು ಹಾಸಿಗೆಯ ಮೇಲೆ ಎಳೆದಳು ನಾನು ವಾಸ್ತವಕ್ಕೆ ಬಂದವನೇ ಕೈ ಬಿಡಿಸಿಕೊಂಡು ಅಲ್ಲೇ ನೆಲದ ಮೇಲೆ ಕುಳಿತೆ ಅವಳು ಹಾಸಿಗೆಯ ಮೇಲೆ ಕುಳಿತಿದ್ದಳು ಮತ್ತು ನನ್ನ ಕಡೆ ಅನುಮಾನದಿಂದ ನೋಡುತ್ತಿದ್ದಳು.

ನಾನು ಮಾತು ಪ್ರಾರಂಭಿಸಿದೆ "ನೋಡಿ ನಾನು ಬಂದದ್ದು ಇದಕ್ಕಲ್ಲ" ಅವಳಿಗೆ ಏನಾಯ್ತೋ ಏನೋ "ಅದೆಲ್ಲಾ ಕಥೆ ಹೇಳ್ಬೇಡ ಮಾತಾಡಿರೊ ದುಡ್ ಕೊಟ್ಬಿಡು" ಅಂದಳು. ನಾನು "ಸ್ವಲ್ಪ ಸಮಾಧಾನ ಮಾಡ್ಕೊ ಮೊದ್ಲು ನಾನ್ ನಿನ್ನತ್ರ ಮಾತಾಡಬೇಕು" ಅಂದೆ "ಹೇ ಮಾತಾಡಕ್ಕೆಲ್ಲ time ಇಲ್ಲ, ನಂಗೆ ಬೇರೆ ಕೆಲ್ಸ ಇದೆ ಬಂದು ಮಲ್ಕೊತಿಯ ಇಲ್ವ" ಎಂದು ಅಸಹನೆಯಿಂದ ವರ್ತಿಸಿದಳು. ನನಗೆ ಅವಳ ಪರಿಸ್ಥಿತಿ ಅರ್ಥವಾಗಿತ್ತು ತಕ್ಷಣವೇ ಜೇಬಿನಿಂದ 1000ರೂ ತೆಗೆದು ಅವಳ ಕೈಗಿಟ್ಟೆ, "ಚಿಲ್ಲರೆ ಇಲ್ವಾ?" ಅಂದಳು. "ಪರವಾಗಿಲ್ಲ ಇಟ್ಕೊ" ಎಂದೆ, "ಸರಿ ಬಾ ಬೇಗ" ಎಂದಳು. "ಬೇಡ ನಡಿ ಹೋಗೋಣ" ಎಂದೆ, ಅವಳಿಗೆ ಗೊಂದಲ ಶುರುವಾಯಿತು ನನ್ನನ್ನೇ ದಿಟ್ಟಿಸುತ್ತಿದ್ದಳು. ನಾನು ಎದ್ದು ಹೊರಡಲು ಸಿದ್ಧನಾದೆ ಆದರೆ ಅವಳು ಕುಳಿತೆ ಇದ್ದಳು. ನಾನು ಪುನಃ ಮಾತಾಡಿದೆ "ನೀವು ಬರಲ್ವಾ,

ನಾನ್ ಒಬ್ಬನೇ ಹೋಗ್ಬೇಕಾ ನಂಗೆ ದಾರಿ ಗೊತಿಲ್ಲ" ಎಂದೆ ಪಾಪ ಅವಳು ಅಳುತ್ತಿದ್ದಳು "ನಂಗೆ ಅರ್ಥವಾಗಲಿಲ್ಲ ಅವಳ ಕಣ್ಣೀರಿನ ಕಾರಣ" ಏನಂತ?
ನಾನು ಅವಳ ಪಕ್ಕದಲ್ಲಿ ಕುಳಿತೆ ತಲೆ ಸವರುತ್ತಾ "ಏನಾಯ್ತು?" ಎಂದು ಪ್ರಶ್ನಿಸಿದೆ.

ತಕ್ಷಣವೇ ನನ್ನನ್ನು ಗಟ್ಟಿಯಾಗಿ ತಬ್ಬಿಕೊಂಡು ಎದೆಗೆ ತಲೆ ಒರಗಿಸಿ ಅಳುತ್ತಿದ್ದಳು. ಆದರೆ ಈ ಬಾರಿ ನಾನು ಉದ್ರೇಕವಾಗಲಿ ಉತ್ತೇಜಿತನಾಗಲಿ ಆಗಲಿಲ್ಲ. ತೀರಾ ಸಾಮಾನ್ಯ ಭಾವದಿಂದ ಅವಳನ್ನು ಸಮಾಧಾನಿಸಲು ಪ್ರಯತ್ನಿಸಿದೆ. ಸ್ವಲ್ಪ ಸಮಯದ ನಂತರ ಅವಳು ಸುಧಾರಿಸಿಕೊಂಡು "ನೀನು ಯಾಕೆ ಬಂದೆ ನನ್ನ ಜೊತೆ? ಅಲ್ಲಿಂದಲೇ ಹೋಗಬೇಕಿತ್ತು ಇದು ಬೇಡ ಎಂದಾದರೆ?" ಎಂದು ಪ್ರಶ್ನಿಸಿದಳು.
ಅಷ್ಟೊತ್ತಿಗಾಗಲೇ ನನ್ನ ಧೈರ್ಯ ಇಮ್ಮಡಿಯಾಗಿತ್ತು. ನಾನು ಸರಾಗವಾಗಿ ಮಾತನಾಡಲು ಆರಂಭಿಸಿದೆ. "ನಿಜ ಹೇಳಬೇಕೆಂದರೆ ನಾನು ನಿನ್ನೊಂದಿಗೆ ಮಾತನಾಡಬೇಕೆಂದುಕೊಂಡು ಪುನಃ ವಾಪಸ್ಸು ನಿನ್ನಲ್ಲಿಗೆ ಬಂದೆ ಆದರೆ ನೀನು ಆತುರದಿಂದ ನನ್ನ ಇಲ್ಲಿಗೆ ಎಳೆದುಕೊಂಡು ಬಂದೆ, ನನಗೆ ಆಗ ಮಾತನಾಡುವಷ್ಟು ಧೈರ್ಯವಿರಲಿಲ್ಲ"! ಏನು? ಏನು ಮಾತಾಡಬೇಕಿತ್ತು ನನ್ನ ಬಳಿ? ಸುಳ್ಳು ಹೇಳಬೇಡ ಎಂದಳು. ಇಲ್ಲ ನೇರವಾಗಿ ನಾನು ಅದಕ್ಕಲ್ಲ ಬಂದಿದ್ದು

ನಿನ್ನ ಬಳಿ ಏನೋ ಕೇಳಬೇಕಿತ್ತು ಅದಕ್ಕಾಗಿ ಬಂದೆ ಅಷ್ಟೇ..ಆದರೆ...! ಒಂದು ಹಂತದಲ್ಲಿ ನಾನು ನಿನ್ನ ಕಡೆಗೆ ಆಕರ್ಷಿತನಾಗಿದ್ದು ನಿಜವೇ..! ಹಾಗಾಗಿ ಆಗ ನನಗೆ ಮಾತುಗಳು ಹೊರ ಬರಲಿಲ್ಲ ಎಂದು ಉತ್ತರಿಸಿದೆ. ಸರಿ ಹಾಗಾದರೆ ನೀನೆ ಹೇಳಿದೆಯಲ್ಲ ಆಕರ್ಷಣೆ ಅಂತ ಅದೇ ಕಾಮ ನನ್ನ ಅರ್ಥದಲ್ಲಿ ಬಾ ಬೇಗ ಸುಮ್ಮನೆ time waste ಮಾಡಬೇಡ ಎಂದು ಮತ್ತೆ ಕೈ ಹಿಡಿದೆ ಬಿಟ್ಟಳು.

ನಾನು ಸಮಾಧಾನದಿಂದ ಉತ್ತರಿಸಿದೆ "ನಿನ್ನ ಕಡೆಗೆ ಆಕರ್ಷಿತನಾಗಿದ್ದು ಎಷ್ಟು ಸತ್ಯವೋ ಹಾಗೆಯೇ ನಿನ್ನನ್ನು ಕಾಮದ ದೃಷ್ಟಿಯಿಂದ ನಾನು ನೋಡಿಲ್ಲ ಎಂಬುದು ಅಷ್ಟೇ ಸತ್ಯ".

ಅವಳ ಸಹನೆ ಮೀರಿತ್ತು ಅನಿಸುತ್ತದೆ "ಇವಾಗೇನು ನಿಂದು?" ಎಂದು ಖಾರವಾಗಿ ಪ್ರತಿಕ್ರಿಯಿಸಿದಳು.

ಏನು ಇಲ್ಲ ಬನ್ನಿ ಹೋಗೋಣ ಅಂದೆ!!

ಅವಳಿಗೇಕೋ ಕೋಪ ಬಂದಿತ್ತು "ತಗೋ ನಿನ್ನ ಹಣ" ಎಂದು ಬಿಸಾಡಿಬಿಟ್ಟಳು. ಬೇಡ ಅದು ನಿಮ್ಮಲ್ಲಿಯೇ ಇರಲಿ ನಿಮ್ಮ ಸಮಯ ವ್ಯರ್ಥ ಮಾಡಿದೆನಲ್ಲ ನಾನು ಅದಕ್ಕೆ ಇದು ಪರಿಹಾರವಾಗಿರಲಿ ಎಂದು ಬಿದ್ದಿದ್ದ ಹಣವನ್ನು ಆರಿಸಿ ಅವಳಿಗೆ ನೀಡಿದೆ.ಅವಳು ಸೌಮ್ಯವಾದಳು " ಸರಿ ಏನೋ ಕೇಳಬೇಕು ಅಂದ್ರಲ ಅದೇನು? ಎಂದಳು.

ನಾನು ಅವಳ ಹಿನ್ನೆಲೆ ತಿಳಿಯಲು ಪ್ರಯತ್ನ ಶುರುಮಾಡಿದೆ. ನೀವು ಯಾಕೆ ಈ ಕೆಲಸ ಮಾಡ್ತಾ ಇದ್ದೀರ ನಿಮ್ ಜೊತೆ ನಿಮ್ family ಯಾರಾದರೂ ಇದಾರ? ಹೀಗೆ ಪ್ರಶ್ನೆಗಳನ್ನು ಮುಂದುವರೆಸಿದೆನು. ಆದರೆ ಅದಕ್ಕೆಲ್ಲ ಒಂದೇ ಉತ್ತರವೆಂಬಂತೆ ಉತ್ತರಿಸಿದಳು ಅವಳು "ನನಗೆ ಕುಟುಂಬದ ಬಗ್ಗೆ ಹೇಳಲು ಇಷ್ಟವಿಲ್ಲ. ಇಲ್ಲಿ ಇರುವುದು ಒಬ್ಬಳೆ ಜೀವನಕ್ಕಾಗಿ ಈ ಕೆಲಸ ಮಾಡ್ತಾ ಇದ್ದೀನಿ ಹೊಟ್ಟೆಗೆ-ಬಟ್ಟೆಗೆ ಇದರಿಂದ ಹೊಂದಿಸಲು ಏನೂ ತೊಂದರೆ ಇಲ್ಲ".

ನಾನು "ನೀವು ಬೇರೆ ಕೆಲ್ಸ ಮಾಡಬಹುದಲ್ಲ?" ಎಂದೆ ಅದಕ್ಕವಳು "ಹಾ ಮಾಡ್ತೀನಿ ಕೆಲಸ ಕೊಡಿಸ್ತೀಯ ನೀನು?"ಎಂದು ಮತ್ತೆ ನನ್ನನ್ನೇ ಪ್ರಶ್ನಿಸಿದಳು.

"ಅದಕ್ಕೇನು ಎಲ್ಲಿಯಾದರೂ ಕೆಲಸ ಸಿಕ್ಕೆ ಸಿಗುತ್ತದೆ ನಾನು ಸಹಾಯ ಮಾಡ್ತೀನಿ ಇದನ್ನೆಲ್ಲಾ ಇವತ್ತೇ ನಿಲ್ಲಿಸು" ಎಂದೆ.

"ನಾನು ಓದಿರೋದು 5ನೇ classವರೆಗೆ, ಏನೂ ಬರೆಯೋಕೆ ಓದೋಕೆ ಬರಲ್ಲ ನಂಗೆ, ಕಷ್ಟಪಟ್ಟು ಮಾಡೋ ಕೆಲಸ ನಂಗೆ ಆಗಲ್ಲ ಯಾವ್ ಕೆಲ್ಸ ಕೊಡುಸ್ತೀಯ ನೀನು?" ಎಂದು ಮತ್ತೆ ಪ್ರಶ್ನಿಸಿದಳು.

ಸ್ವಲ್ಪ ಕಷ್ಟವಾಗಬಹುದು ಎನಿಸಿತು "ಸರಿ ಯಾವುದಾದರೂ ಸಿಗುತ್ತೆ, ಹುಡುಕ್ತಿನಿ

ನಿಂಗೆ ಇದನ್ನು ಬಿಟ್ಟು ಬರೋಕೆ ಇಷ್ಟ ಇದೆಯಾ ಇಲ್ಲವಾ? ಹೇಳು ಅಂದೆ.
ಅದಕ್ಕವಳು "ನಾನೇನು ಇಷ್ಟ ಪಟ್ಟು ಈ ಕೆಲಸ ಮಾಡ್ತಾ ಇಲ್ಲ ಸಾಲ ಇದೆ, ಜೀವನ ನಡೀಬೇಕು ಹಣಬೇಕು ಜೊತೆಗೆ ಇಲ್ಲಿಗೆ ಬರೋಕೆ ಪರಿಸ್ಥಿತಿ ಕಾರಣ ನಾನಲ್ಲ" ಎನ್ನುತ್ತ ಕಣ್ಣಲ್ಲಿ ನೀರು ತುಂಬಿಕೊಂಡಳು.
ಸರಿ, ನಾನು ಕೆಲಸ ಹುಡುಕ್ತಿನಿ, ನೀವು ಯೋಚನೆ ಮಾಡಬೇಡಿ, ಬನ್ನಿ ಹೋಗೋಣ ಎಂದೆ.
ಇದನ್ನ ಕೇಳೋಕ ನೀನು ಇಲ್ಲಿಯವರೆಗೆ ಬಂದಿದ್ದು ಎಂದಳು. ಇಲ್ಲ, ನಾನು ಬೇರೆ ಏನೋ ಕೇಳೋಕೆ ಬಂದಿದ್ದೆ ಆದರೆ? ಎನ್ನುತ್ತಾ ಇದ್ದೆ ಅಷ್ಟರಲ್ಲಿ "ಕೇಳು ಪರವಾಗಿಲ್ಲ ನೀನು ಒಬ್ಬನೇ ನನ್ನ ಮನೆಗೆ ಬಂದು, ಬಾಗಿಲು ಹಾಕಿದ ಮೇಲೂ ಕೇವಲ ಮಾತನಾಡುತ್ತಿರುವುದು" ಕೇಳು ಏನಾದರೂ ಸರಿ ಹೇಳುತ್ತೇನೆ ಎಂದಳು.
"ಅದು ಮೆಜೆಸ್ಟಿಕ್ನಲ್ಲಿ ನೀನು ನನ್ನನ್ನು ಬಿಗಿಯಾಗಿ ಹಿಡಿದುಕೊಂಡು ಮಾತನಾಡಿಸಿದೆ ಆದರೆ ಬೇರೆ ಯಾರನ್ನೂ ಆ ರೀತಿ ಮಾಡಿದ್ದು ನಾನು ನೋಡಲಿಲ್ಲ ಅದಲ್ಲದೆ ಎಷ್ಟೋ ಗಂಡಸರು ಅಲ್ಲಿ ಹೋಗುತ್ತಿದ್ದರೂ ಕೂಡ ನೀನು ಕೆಲವರನ್ನು ಮಾತ್ರ ಕರೆಯುತ್ತಿದ್ದೆ ಅದು ಯಾಕೆ ಅಂತ ನನಗೆ ಅರ್ಥವಾಗಲಿಲ್ಲ" ಅದನ್ನು ಕೇಳಬೇಕಂತಲೆ ನಾನು ನಿನ್ನ ಬಳಿಗೆ ಬಂದದ್ದು ಎಂದೆ.

3
ಕಟು ಸತ್ಯ

ಅದಕ್ಕವಳು ಕಳ್ಳ ನೀನು, ಎಲ್ಲಾ ನೋಡಿದ್ದೀಯ! ಎನ್ನುತ್ತ ಗಂಭೀರವಾದಳು "ಹೌದು ನಾನು ಮಾಡುತ್ತಿರುವ ವೃತ್ತಿ ಅದೇ ಆದರೂ ಕೂಡ ಎಲ್ಲರೊಂದಿಗೆ ದೇಹ ಹಂಚಿಕೊಳ್ಳಲು ನಂಗೆ ಸಾಧ್ಯ ಇಲ್ಲ ಈ ವೃತ್ತಿಗೆ ಬಂದ ಹೊಸತರಲ್ಲಿ ಯಾರ್-ಯಾರೋ ನನ್ನೊಂದಿಗೆ ಬರುತ್ತಿದ್ದರು ಆಗ ನಾನು ಅನುಭವಿಸಿದ ಯಾತನೆ ಹೇಳೋದು ಕಷ್ಟ, ಪ್ರಾಣಿಗಳಂತೆ ನಡೆದುಕೊಂಡಿದ್ದಾರೆ, ಕೆಲವರಂತೂ ಹೆಣ್ಣನ್ನು ನೋಡಿಯೇ ಇಲ್ಲವೆಂಬಂತೆ ನೋವು ನೀಡಿದ್ದಾರೆ ಅಂತಹವರೊಂದಿಗೆ ನಾನು

• 9 •

ಸಹಿಸಿಕೊಳ್ಳುವುದು ಕಷ್ಟ ಅದಕ್ಕಾಗಿಯೇ ಕೆಲವರನ್ನು ಮಾತ್ರ ಕರೆಯುತ್ತೇನೆ ಯಾರು ಸ್ವಲ್ಪ ಮೃದುವಾಗಿ ಕಾಣುತ್ತಾರೊ ಅವರನ್ನಷ್ಟೇ ನಾನು ಕೆರೆಯುವುದು" ಎಂದಳು.

ನಾನು ಮಾತನಾಡಲಿಲ್ಲ ಮೌನಿಯಾದೆ ಅವಳ ಮಾತುಗಳು ನನ್ನನ್ನು ಘಾಸಿಗೊಳಿಸಿದ್ದವು.
ಮತ್ತೆ ಅವಳೇ ಮುಂದುವರೆದು "ಕೊಡೊ 600ರೂ ಗೆ ನರಕ ತೋರಿಸಿ ಬಿಡ್ತಾರೆ ನನ್ ಮಕ್ಳು ನಂಗಾಗಲ್ಲ ಪ್ರಾಣ ಹೋಗಿ ಬಂದಿರುತ್ತೆ, ನಿಮ್ಮಂತವರಾದ್ರೆ ಪರವಾಗಿಲ್ಲ ಸ್ವಲ್ಪ ತಾಳ್ಮೆಯಿಂದ ನೆಡೆದುಕೊಳ್ಳಬಹುದು ಅಷ್ಟೇ ಬೇರೇನು ಇಲ್ಲ" ಎಂದಳು.
ನನಗೆ ಕೇಳಬಾರದ ಪ್ರಶ್ನೆ ಕೇಳಿಬಿಟ್ಟೆ ಎಂಬ ಅಳುಕು ಒಂದು ಕಡೆ, ಅವಳು ಕೊಟ್ಟ ಉತ್ತರದ ನೋವು ಮತ್ತೊಂದು ಕಡೆ, ಸುಮ್ಮನೆ ಕುಳಿತಿದ್ದೆ.
"ಸರಿ ಹೋಗೋಣ್ವಾ ಇಲ್ಲ..ಬರ್ತೀಯ" ಎಂದು ಮಲಗಿದಳು ಇಲ್ಲ ಹೋಗೋಣ ಎಂದು ನಾ ಮೇಲೆದ್ದೆ, ಮನೆಯಿಂದ ಹೊರಬಂದು ಆಟೋ ಹಿಡಿದು ಮೆಜೆಸ್ಟಿಕ್ ಕಡೆಗೆ ಹೊರಟೆವು ಅವಳು ಏನು ಮಾತಾಡಲಿಲ್ಲ ನನಗೂ ಮಾತುಗಳು ಬರಲಿಲ್ಲ ಆಟೋದ ಚಾಲಕ ಮಾತ್ರ ನಗುತ್ತಾ ಇದ್ದ ನಾವಿಬ್ಬರು ಮಾತಿಲ್ಲದೆ ಅಪರಿಚಿತರಂತೆ ದೂರ- ದೂರ ಕುಳಿತಿದ್ದೆವು.

ಮಧ್ಯಾಹ್ನ ಅವಳೊಂದಿಗೆ ಬರುವಾಗ ಇದ್ದ ಸನ್ನಿವೇಶ ಬದಲಾಗಿತ್ತು ಅವಳಿಗೂ ನನ್ನ ಪಕ್ಕ ಬರುವ ಧೈರ್ಯವಿರಲಿಲ್ಲ ನನಗೆ ಅದರ ಅವಶ್ಯಕತೆಯೇ ಇರಲಿಲ್ಲ ಇಬ್ಬರೂ ಒಂದೊಂದು ತೀರದಲ್ಲಿ ಕುಳಿತು ಮೆಜೆಸ್ಟಿಕ್ ತಲುಪಿದಾಗ ಸಂಜೆಯಾಗಿತ್ತು. ಗಡಿಬಿಡಿಯಲ್ಲಿ ನನ್ನ ಮೊಬೈಲ್ ನಂಬರ್ ಅವಳಿಗೆ ನೀಡಿ "ನಾನು ಊರಿಗೆ ಹೋಗಿ ಬರುತ್ತೇನೆ ಬಂದ ಮೇಲೆ ನಿನಗೊಂದು ಕೆಲಸ ನೋಡುತ್ತೇನೆ ಯೋಚನೆ ಮಾಡಬೇಡ" ಎನ್ನುತ್ತಾ ಬಸ್ ಹತ್ತಿದೆ , ಅವಳು ಯಾಕೋ ಏನೂ ಮಾತನಾಡದೆ ನನ್ನನ್ನೇ ನೋಡುತ್ತಾ ನಿಂತಿದ್ದಳು ಬಸ್ ಹೊರಟಿತು ಅವಳು ಅಲ್ಲಿಂದ ಕದಲಲಿಲ್ಲ ನನ್ನನ್ನೇ ನೋಡುತ್ತಾ ಅಲ್ಲಿಯೇ ನಿಂತಿದ್ದಳು.

ನಾನು ಕಿಟಕಿಯಿಂದ ತಲೆ ಹೊರಹಾಕಿ "ಬಾಯ್" ಎಂದು ಕೈ ಆಡಿಸಿದೆ ಅವಳು ಕೈ ಬೀಸಿದಳಷ್ಟೆ ಮಾತು ಹೊರಡಲಿಲ್ಲ, ಬಸ್ ಮರೆಯಾಗುವವರೆಗೂ ನಿಂತ ಜಾಗದಿಂದ ಕದಲದೆ ನೋಡುತ್ತಿದ್ದಳು ಏನನ್ನೊ ಕಳೆದುಕೊಂಡ ಭಾವ ಅವಳಲ್ಲಿತ್ತು ನನ್ನನ್ನೂ ಅದು ಕಾಡದೆ ಬಿಡಲಿಲ್ಲ. ಇಷ್ಟು ಸಮಯ ಜೊತೆಯಲ್ಲಿದ್ದರೂ ನಾನು

ಅವಳ ಹೆಸರು ಕೇಳುವುದನ್ನೇ ಮರೆತಿದ್ದೆ, ನನ್ನ ನಂಬರ್ ಕೊಟ್ಟಿದ್ದೆನಾದರೂ ಅವಳ ನಂಬರ್ ಪಡೆಯಲಿಲ್ಲ ಅವಳ ಕರೆ ಬಂದ ನಂತರ ಇದಕ್ಕೆಲ್ಲ ಉತ್ತರ ಸಿಗಬಹುದು.

ಬಸ್ ತನ್ನ ವೇಗ ಹೆಚ್ಚಿಸಿತು ಎಲ್ಲವೂ ಮರೆಯಾಯ್ತು ಕಾಣದಾದಳು "ಅವಳು"...!!!

4

ಅವಳ ಮೊದಲ ಕರೆ

ಅಂದು ಮೆಜೆಸ್ಟಿಕ್ ನಿಂದ ತುಮಕೂರಿಗೆ ಬಂದ ನನಗೆ ಒಂದು ವಾರದ ನಂತರ ಅವಳ ಕರೆ ಬಂದಿತ್ತು ನಾನಾಗಲೇ ಅವಳನ್ನು ಮರೆತಿದ್ದೆ ಕರೆಮಾಡಿದವಳು "ಹಲೋ ನಾನು ಪ್ರೇಮ ಎಂದಳು"(ಹೆಸರು ಬದಲಾಯಿಸಲಾಗಿದೆ) ನನಗೆ ಯಾರು ಎಂದು ತಿಳಿಯಲಿಲ್ಲ " ಯಾವ ಪ್ರೇಮ ಎಂದೇ ಆ ಕಡೆಯಿಂದ "ನೀನೆ ನಂಬರ್ ಕೊಟ್ಟು ಹೋಗಿದ್ಯಲ್ಲ ಅವತ್ತು, ಮೆಜೆಸ್ಟಿಕ್ ನಲ್ಲಿ , ಕೆಲಸ ಕೊಡುಸ್ತೀನಿ ಅಂದೆ ಮರೆತೋಯ್ತಾ" ಎಂದಳು. "Oh sorry

ಮೇಡಂ ನಿಮ್ ಹೆಸರು ಪ್ರೇಮ ಅಂತ ನನಗೆ ಗೊತ್ತಿರಲಿಲ್ಲ, ಕ್ಷಮಿಸಿ" ಹೇಳಿ ಯಾಕೆ ಇಷ್ಟು ದಿನ ಕಾಲ್ ಮಾಡಿಲ್ಲ ನೀವು" ಎಂದೆ. ಅದಕ್ಕವಳು "ಯಾಕೋ ಮಾಡೋದು ಬೇಡ ಅನ್ನಿಸ್ತಿತ್ತು ಹಾಗಾಗಿ ಸುಮ್ಮನಿದ್ದೆ, ಇವತ್ತು ಯಾಕೋ ನಿನ್ನ ನೆನಪು ತುಂಬಾ ಆಯ್ತು" ಅಂದಳು!

ನಾನು "ಹೇಗಿದ್ದೀರ" ಎಂದೆ "ಪರವಾಗಿಲ್ಲ ಹಾಗೆ ಇದೀನಿ, ನೀನು?" ಎಂದು ಪ್ರಶ್ನಿಸಿದಳು. "ನಾನ್ ಚೆನ್ನಾಗಿದ್ದೀನಿ ಎಲ್ಲಿದ್ದೀರ ನೀವು ಎಂದೆ ಮನೆಲೇ ಇದೀನಿ ಹುಷಾರಿಲ್ಲ ಅಂದಳು" ಏನಾಯ್ತು ಎಂದಾಗ ಅವಳು ಸರಿಯಾಗಿ ಉತ್ತರಿಸಲಿಲ್ಲ ಸರಿ 2ದಿನ time ಕೊಡಿ ಕೆಲಸ ನೋಡ್ತೀನಿ ಅಂದೆ ಅದಕ್ಕವಳು ಬೇಡ ಅಂದಳು ನಾನು ಆಶ್ಚರ್ಯದಿಂದ ಯಾಕೆ ಎಂದೆ ಅದು ಭಯ ಅಂದಳು ನನಗೆ ಅರ್ಥವಾಗಲಿಲ್ಲ ಏನು ಭಯ ಎಂದು ನಿಧಾನವಾಗಿ ಪ್ರಶ್ನಿಸಿದೆ ಅದಕ್ಕವಳು ಹೊರಗಡೆ ಹೋಗಿ ಕೆಲಸ ಮಾಡೋಕೆ ನಂಗೆ ಭಯ ಇಷ್ಟು ದಿನ ಇಲ್ಲಿಗೆ ಬಂದವರು ಯಾರಾದರು ನನ್ನ ಹೊರಗೆ ನೋಡಿದ್ರೆ ಮತ್ತೆ ನನಗೆ ತೊಂದರೆ ಆಗುತ್ತೆ ಅಲ್ವಾ ಅಂದಳು ಅದಕ್ಕೆ ನಾನು ಆ ರೀತಿಯ ಜಾಗಕ್ಕೆ ನಿನ್ನ ಸೇರಿಸಲ್ಲ , ಏನೂ ತೊಂದರೆ ಆಗಲ್ಲ ನಿನಗೆ ಹೆದರಬೇಡ" ಎಂದೆ ಅವಳು ಅನುಮಾನದಿಂದಲೇ "ಸರಿ ಆಯ್ತು" ಎಂದಳು. ನಾನು ಕೆಲಸ ನೋಡಿದ ಮೇಲೆ ನಿನಗೆ ಕಾಲ್ ಮಾಡ್ತೀನಿ ಅಂತ ಹೇಳಿ ಕಾಲ್ cut ಮಾಡಿದೆ. ಅವಳ್ಯಾಕೋ ವಿಚಿತ್ರವಾದ ಭಯ ಮತ್ತು ಅನುಮಾನ ವ್ಯಕ್ತಪಡಿಸಿದ್ದು ನಾನು ಅರಿತಿದ್ದೆ.

ಸ್ವಲ್ಪ ದಿನ ಕಳೆದಿತ್ತು ನನಗೂ ಕೂಡ ಕೆಲಸದ ಒತ್ತಡದಿಂದ ಅವಳ ಬಗ್ಗೆ ಗಮನ ನೀಡಲಾಗಿರಲಿಲ್ಲ ರಾತ್ರಿ 11ರ ಸುಮಾರು ನಾನು ಆಗ ತಾನೆ ನಿದ್ದೆಗೆ ಜಾರುತಿದ್ದೆ ಅಷ್ಟರಲ್ಲಿ ನನ್ನ ಮೊಬೈಲ್ ರಿಂಗಾಯಿತು "ಕರ್ಮ ಇಷ್ಟೊತ್ತಲ್ಲಿ ಯಾರು ಅಂತ ಎದ್ದೆ ನಿದ್ದೆಯ ಕಣ್ಣಲ್ಲಿಯೇ ಕಾಲ್ ರಿಸೀವ್ ಮಾಡಿದೆ ಆ ಕಡೆಯಿಂದ "ಹಲೋ" ಎಂಬ ಪರಿಚಿತ ಹೆಣ್ಣಿನ ಧ್ವನಿ ಕೇಳಿ ನರನಾಡಿಗಳೆಲ್ಲ ಎಚ್ಚರವಾದವು ಈ ಸಮಯದಲ್ಲಿ ಹುಡುಗಿಯೊಬ್ಬಳ ಕರೆ ಭಯವನ್ನು ತಂದಿತ್ತು. "ಯಾರು?" ಎಂದೆ "ಹೇ ನಾನು ಪ್ರೇಮ! ನನ್ ನಂಬರ್ save ಮಾಡಿಲ್ವಾ ನೀನು" ಎಂದಾಗಲೇ ಗೊತ್ತಾಗಿದ್ದು ಅದೇ ಹುಡುಗಿ ಎಂದು ಹೇ sorry ನಿದ್ದೆ ಕಣ್ಣಲ್ಲಿ ರಿಸೀವ್ ಮಾಡ್ದೆ ನೋಡಿಲ್ಲ ಅಂತ ಸುಳ್ಳು ಹೇಳಿದೆ. ನಿಜ ಹೇಳಬೇಕೆಂದರೆ ನಾನು ಆಕೆ ನಂಬರ್ save ಮಾಡಿರಲಿಲ್ಲ ಆ ಕಡೆಯಿಂದ ನಗು ಕೇಳಿಸಿತು.

ನಾನು ಸುಳ್ಳು ಹೇಳಿದ್ದು ಅವಳಿಗೆ ಗೊತ್ತಾಗಿರಬಹುದು ಎಂದುಕೊಂಡು ಯಾಕೆ ನಗ್ತಾ ಇದೀರ ನಾನು ನಿಜಾನೇ ಹೇಳ್ತಿದೀನಿ ಅಂದೆ ಅವಳು ಹಾ ಗೊತ್ತು ಬಿಡು, ನಾನು ಕಾಲ್ ಮಾಡಿರೋದು ಬೇರೆ ಸಿಮ್ ಇಂದ ಅಂದಾಗ ಪೆಚ್ಚಾಗುವ ಸ್ಥಿತಿ

ನನ್ನದಾಗಿತ್ತು. ಏನು ಇಷ್ಟೋತ್ತಲ್ಲಿ ಕಾಲ್ ಮಾಡಿದಿರ? ಏನಾಯ್ತು? ಎಂದು ಕೇಳಿದೆ. 2ದಿನ ಅಂತ ಹೇಳಿ ನೀನು ಕಾಲ್ ಮಾಡಿಲ್ಲ ಅದಕ್ಕೆ ನಾನೇ ಮಾಡ್ದೆ. ಯಾಕೆ ಮಾಡಬಾರದಿತ್ತ ಎಂದು ಬೇಸರದಿಂದ ಮಾತಾಡಿದಳು. ಹಾಗಲ್ಲ ತುಂಬಾ ಲೇಟ್ ಆಗಿದೆ ಇಷ್ಟೋತ್ತಲ್ಲಿ ಮಾಡಿದ್ರಲ ಅದಕ್ಕೆ ಕೇಳ್ದೆ ಅಷ್ಟೇ ಯಾವಾಗ ಬೇಕಾದ್ರು ನೀವ್ ಕಾಲ್ ಮಾಡಿ ಮಾತಾಡಿ ನಂಗೇನು ತೊಂದರೆ ಇಲ್ಲ ಅಂದೆ ಅದಕ್ಕವಳು ನಿಂಗೆ ಮದ್ವೆ ಆಗಿಲ್ಲ ಅಂತ ಗೊತ್ತಾಯ್ತು ಬಿಡು ಇನ್ಮೇಲೆ ರಾತ್ರಿ ಹೊತ್ತು ತೊಂದರೆ ಕೊಡ್ತೀನಿ ಎಂದು ನಗುತ್ತಾ ನನ್ನ ಕಾಲು ಎಳೆದಳು ಸರಿ ಅದು ಬಿಡಿ ನಿಮಗೆ ಕೆಲಸ ನೋಡಿದಿನಿ ನಂಗೆ ಪರಿಚಯ ಇರುವ ಒಬ್ರು ಅದೇ ಕಂಪನಿಯಲ್ಲಿ HR ಆಗಿದಾರೆ ನಾಳೆ ಬೆಳಿಗ್ಗೆ ಇನ್ನೊಂದ್ಸಲ ಮಾತಾಡಿ ನಿಮಗೆ ಹೇಳ್ತೀನಿ ರೆಡಿ ಇರಿ ನೀವು ಎಂದೆ(ನಾನಿನ್ನು ಅವಳಿಗೆ ಕೆಲಸ ನೋಡಿರಲಿಲ್ಲ).

ಯಾವ ಕಂಪನಿ, ಎಲ್ಲಿ ಕೆಲಸ, ಏನ್ ಕೆಲಸ ಮಾಡ್ಬೇಕು ನಾನು, ಹೀಗೆ ಪ್ರಶ್ನೆಗಳ ಸುರಿಮಳೆ ಆ ಕಡೆಯಿಂದ ಪಟಪಟನೆ ಸುರಿದವು. ಮೆಜೆಸ್ಟಿಕ್ ಇಂದ one hour ಬಸ್ಸಲ್ಲಿ ಹೋಗ್ಬೇಕು ಅಷ್ಟೇ ನಿಮಗೇನು ದೂರ ಆಗಲ್ಲ ಬೆಂಗಳೂರು ಗ್ರಾಮಾಂತರ ಅದು ನಿಮಗೇನು ತೊಂದರೆ ಆಗಲ್ಲ ಅಲ್ಲಿ ಪ್ರಾಡಕ್ಟ್ ಪ್ಯಾಕಿಂಗ್ ಮಾಡೋ ಡಿಪಾರ್ಟ್ಮೆಂಟ್ ಗೆ ತಗೋತಾರೆ, ಸಂಬಳ ಎಲ್ಲ ಬೆಳಿಗ್ಗೆ ಹೇಳ್ತೀನಿ ಅಂದೆ.

ನಂಗೆ ಯಾಕೋ ಒಂಥರ ಭಯ ಆಗ್ತಿದೆ, ನಮ್ಮಂತವರಿಗೆ ಕೆಲಸ ಸಿಗುತ್ತಾ? ಎಂದು ಬೇಸರದಿಂದ ಅನುಮಾನ ವ್ಯಕ್ತಪಡಿಸಿದಳು. ನೀವು ಈಥರ ಮಾತಾಡಬಾರ್ದು, ಎಲ್ಲರಿಗೂ ಬದುಕೋಕೆ ದಾರಿ ಇದೆ ಅದು ಅಲ್ಲದೆ ಅಲ್ಲಿ HR ನಂಗೆ ಪರಿಚಯ ಇದಾರೆ ನೀವು ಸುಮ್ನೆ ಏನೇನೋ ಯೋಚನೆ ಮಾಡೋದು ನಿಲ್ಲಿಸಿ ನಾಳೆ ರೆಡಿ ಇರಿ ಅಂದೆ. ಅದಕ್ಕವಳು ಸರಿ ನಿನ್ನ ಮಾತಿಗೆ ಬೆಲೆ ಅಷ್ಟೆ ನಾಳೆ ಬೆಳಿಗ್ಗೆ ರೆಡಿ ಇರ್ತೀನಿ ಆಯ್ತಾಎಂದಳು ಅವಳ ಧ್ವನಿಯಲ್ಲಿ ದುಃಖ ಮಿಶ್ರಿತ ಭಯ ಎದ್ದು ಕಾಣುತ್ತಿತ್ತು ಕಾಲ್ ಕಟ್ ಮಾಡಿದ ತಕ್ಷಣ ಸಮಯ ನೋಡಿದೆ 11.30 ರಾತ್ರಿ ಬೇಗನೆ ನನ್ನ ಸ್ನೇಹಿತನಿಗೆ ಕರೆ ಮಾಡಿದೆ ಲಾಂಗ್ ರಿಂಗ್ನ ನಂತರ ಕಾಲ್ ರಿಸೀವ್ ಮಾಡಿದ ಪುಣ್ಯಾತ್ಮ "ಹಲೋ, ಹೇಳಿ ಸಾರ್" ಎಂದ "ನೀನು ನಿದ್ದೇಲಿ ಮಾತಾಡ್ತಿದೀಯ ಅಂತ ನಂಗೊತ್ತು ಎದ್ದು ಸರಿಯಾಗಿ ಮಾತಾಡು ಅಂದೆ ಪಾಪ ಅಷ್ಟೋತ್ತಲ್ಲಿ ಅವನ ಪರಿಸ್ಥಿತಿ ಏನಿತ್ತೋ ಏನೋ ಏನಪ್ಪಾ ಇದು busy person ಕಾಲ್ ಮಾಡಿದಿರಲ್ಲ, ಇದೇನು ಕನಸಲ್ಲ ತಾನೇ ಎಂದು ವ್ಯಂಗ್ಯವಾಗಿ ನುಡಿದ.

ನಿಜವಾಗ್ಲೂ ನಾನೇ ಕಾಲ್ ಮಾಡಿದಿನಿ ನಂಗೆ ನಿನ್ನಿಂದ ಒಂದು ಸಹಾಯ ಆಗ್ಬೇಕು ಕಣೋ ಎಂದೆ "ಯಾಕೋ ಏನಾಯ್ತು, ಎಲ್ಲಿದ್ದೀಯ, ಏನಾದ್ರು problem ಆಗಿದ್ಯಾ" ಗಾಬರಿಗೊಂಡ ಅವನು "ಹೇ ನಿಲ್ಸು, ನಂಗೇನು problem ಇಲ್ಲ ನಿಮ್ಮ ಫ್ಯಾಕ್ಟರಿಯಲ್ಲಿ ಒಂದು ಕೆಲಸ ಬೇಕಿತ್ತು" ಅಂದೆ "ಅಯ್ಯೋ ನಿನ್ನ ಅಷ್ಟೇನಾ, ಅದಕ್ಕೆ ಇಷ್ಟೋತ್ತಲ್ಲಿ ಕಾಲ್ ಮಾಡಿದೀಯ ನಾನ್ ಹೆದರಿದ್ದೆ ಕಣೋ ಯಾವಾಗ ಬೇಕಾದ್ರು ಕಳಿಸು ಕೆಲಸ ಇದೆ" ಎಂದ "Thanks ಕಣೋ, ನಾಳೆನೆ ಕಳಿಸ್ತೀನಿ ಓದೋದು ಬರೆಯೋದು ಬರಲ್ಲ ಇನ್ನೂ ಚಿಕ್ಕ ಹುಡುಗಿ, ನಂಗೆ ತುಂಬಾ ಬೇಕಾದವ್ರು ಇದೇ ಮೊದಲನೆ ಕೆಲಸ ಸ್ವಲ್ಪ easy ಕೆಲಸ ಕೊಟ್ರೆ ಚೆನ್ನಾಗಿರುತ್ತೆ" ಅಂದೆ. "ಸರಿನಪ್ಪ ಕಳಿಸು ನಿಂಗೆ ಇಲ್ಲ ಅಂತ ಯಾವಾಗ ಹೇಳಿದೀನಿ ನಾನು ನಿನ್ನಿಂದ ತಾನೆ ಇವತ್ತು ನಾನಿಲ್ಲಿ HR ಆಗಿರೋದು ಇಡೀ factory ನಿಂದೆ ಅಂದ್ಕೊ" ಅಂದಾಗಲೇ ಇಬ್ಬರಿಗೂ ನಮ್ಮ ಬಾಲ್ಯದ ನೆನಪಾಗಿದ್ದು ಸುಮಾರು ಸಮಯ ಮಾತಾಡಿದ ನಾವು ನಿದ್ದೆಗೆ ಜಾರಿದ್ದು ರಾತ್ರಿ 1ಗಂಟೆಯ ನಂತರ.

5

ಅದೊಂದು ಭಯ

ಬೆಳಿಗ್ಗೆ ಅವಳಿಗೆ ಕಾಲ್ ಮಾಡಿ ಕಂಪನಿಯ ಅಡ್ರೆಸ್ ಕೊಟ್ಟು ಕಳಿಸಿದೆ
ಮದ್ಯಾಹ್ನ ಅವಳೇ ಕಾಲ್ ಮಾಡಿ "ಸಿಗ್ತಿಯ, ಮಾತಾಡಬೇಕು" ಅಂದಳು, ನಾನು
ಕೆಲಸದಲ್ಲಿ busy ಇದೀನಿ, ಸಂಜೆ 5ಗಂಟೆಗೆ ಸಿಗ್ತಿನಿ ಅಂತ ಹೇಳಿದೆ meet
ಮಾಡುವ ಜಾಗ confirm ಕೂಡ ಆಯ್ತು.

ಸಂಜೆ ಆಸ್ಪತ್ರೆಯಿಂದ ನೇರವಾಗಿ ಮಜೆಸ್ಟಿಕ್ ತಲುಪಿದೆ ಅವಳು ಅದಾಗಲೇ ಬಂದಿದ್ದಳು ಇಬ್ಬರಿಗೂ ಇದು ಎರಡನೇ ಭೇಟಿಯಾಗಿದ್ದರೂ ಕೂಡ ಮೊದಲನೇ ಭೇಟಿಯ ದಿನದಷ್ಟೇ ಭಯ ನನ್ನಲ್ಲಿತ್ತು ಸಮೀಪದ ಹೋಟೆಲ್ ಒಂದರಲ್ಲಿ ಕುಳಿತು ಕಾಫಿ ಕುಡಿಯುತ್ತಾ ಮಾತನಾಡಲು ಪ್ರಾರಂಭಿಸಿದೆವು, ಅವಳಿಗೆ ಕೆಲಸ ಸಿಕ್ಕಿದ ವಿಚಾರ ಕೇಳಿ ನಂಗೆ ಖುಷಿಯಾಯ್ತು, ನಾಳೆಯಿಂದಲೇ ಕೆಲಸಕ್ಕೆ ಹೋಗಬೇಕಂತೆ ನಿನ್ನಿಂದ ತುಂಬಾ ಸಹಾಯ ಆಯ್ತು, ಫ್ಯಾಕ್ಟರಿಯಲ್ಲಿರೋ HR ತುಂಬಾ ಒಳ್ಳೆಯವರು ಏನೂ ಪ್ರಶ್ನೆ ಕೇಳದೆ ಕೆಲಸ ಕೊಟ್ರು ನಿಂಗೆ ಏನು ಹೇಳೋದು ಅಂತಾನೆ ನಂಗೊತ್ತಾಗ್ತಿಲ್ಲ ತುಂಬಾ ಖುಷಿಯಾಗ್ತಿದೆ ಅದಕ್ಕೆ ನಿಂಗೆ ವಿಷಯ ತಿಳಿಸಬೇಕು ಅಂತ ಸಿಗಕ್ಕೆ ಹೇಳಿದ್ದು ನಾನು ಅಂದಳು ಹೌದಾ Congrats, ನಿಮಗೆ ಒಳ್ಳೆಯದಾಗುತ್ತೆ ಅಂದೆ ನಾನು, ಒಳ್ಳೆದಾದ್ರೆ ಅದು ನಿನ್ನಿಂದಾನೆ ಅಂದಳು ಅವಳು ಅಯ್ಯೋ ನೀವ್ ಕೆಲಸ ಮಾಡೋದು ನಾನಲ್ಲ ನಿಮ್ಮ ಜೀವನ ನೀವೇ ನೋಡ್ಕೊಳೋದು ಅದ್ರಲ್ಲಿ ನಂದೇನಿಲ್ಲ ಅಂದೆ.

ಅವಳಿಗೆ ಖುಷಿಯಲ್ಲಿ ಏನು ಮಾತಾಡಬೇಕು ಎಂಬುದೇ ತಿಳಿಯದೆ ಚಡಪಡಿಸುತ್ತಿದ್ದಳು ಆಮೇಲೆ ಅದೇನೋ ಯೋಚಿಸಿ "ನಿನ್ನ ಹೆಸರೇನು? ಅಂತ ಕೇಳೋದೇ ಪುಣ್ಯಾತ್ ಗಿತ್ತಿ! ಈಗ ನಾನು ನಿನ್ನನ್ನು ಏನಂತ ಕರಿಬೇಕು, ಹೆಸರು ಹಿಡಿದು ಕರಿಬೇಕ, ಇಲ್ಲ ಹೇಗೆ?" ನಾವಿಬ್ಬರು friends ಅಲ್ವಾ ಇವಾಗ ಪರವಾಗಿಲ್ಲ ಹೆಸರಿಂದಾನೆ ಕರೆಯಬಹುದು ನೀವು ಎಂದೆ ಹಾಗೆ ಮಾತನಾಡುತ್ತ ಸಮಯ ಕಳೆದಿದ್ದೆ ಗೊತ್ತಾಗಲಿಲ್ಲ, ಇಬ್ಬರು ಯಾವುದೇ ಭಯ, ಮುಜುಗರವಿಲ್ಲದೆ ಮಾತನಾಡಿ ಸ್ನೇಹಿತರಾಗಿದ್ದೆವು.

ಇನ್ನೇನು ಇಬ್ಬರು ಅಲ್ಲಿಂದ ಹೊರಡಬೇಕು ಅಷ್ಟರಲ್ಲಿ ಯಾವನೋ ಒಬ್ಬ ಬಂದು "ಬರ್ತಿಯಾ" ಅಂತ ಕೇಳಿಬಿಟ್ಟ! ಅವಳಿಗೇನು ಅನ್ನಿಸಿದಂತೆ ಕಾಣಲಿಲ್ಲ ಆದರೆ ನನಗೇಕೋ ಕೋಪ ಬಂದಿತ್ತು "ಹೇ ಹೋಗೋ ಸುಮ್ನೆ ಎನ್ನುತ್ತಾ" ಅವನನ್ನೇ ತಿನ್ನುವಂತಹ ದೃಷ್ಟಿ ನೆಟ್ಟೆ ಅವನೆಡೆಗೆ ಸ್ವಲ್ಪ ದೂರ ಸರಿದು ನಿಂತು ನಿಂಗ್ ಬುಕ್ ಆಗಿದ್ದಾಳೆ ಅಂತ ಹೇಳೋದ್ ಬಿಟ್ಟು ಎನ್ ಹೊಡಿಯೋಕೆ ಬರ್ತಿಯಾ ಇವಳಲ್ಲ ಅಂದ್ರೆ ಇನ್ನೊಬ್ಬಳು ಸಿಕ್ತಾಳೆ ಹೋಗೋ ನಿನ್ನ ಅಂತ ಹಿಂತಿರುಗಿ ಸ್ವಲ್ಪ ವೇಗವಾಗಿ ನಡೆದು ಹೋದ ಆತ ನಡೆದುಕೊಂಡ ರೀತಿಯಲ್ಲಿ ಅವನದ್ದೇನು ತಪ್ಪಿರಲಿಲ್ಲ ನಾನೇ ಸ್ವಲ್ಪ ಅತಿಯಾಗಿ ನಡೆದುಕೊಂಡೆ ಎಂದೆನಿಸಿತು. ಆಕೆ ನನ್ನನ್ನೇ ನೋಡುತ್ತಿದ್ದಳು ನಾನು ಏನೂ ಆಗಿಯೇ ಇಲ್ಲವೆಂಬಂತೆ ಆಕೆಯೊಂದಿಗೆ ಮಾತಾಡಲು ಮುಂದಾದೆ ಆದರೆ ಅವಳು ನಡೆದ ಘಟನೆಯಿಂದ ಘಾಸಿಗೊಂಡಿದ್ದಳು, ಸುದೀರ್ಘ ಮೌನ ಆವರಿಸಿತು.

ಪ್ರೇಮಳಿಗೆ ಕೆಲಸದ ಮೊದಲ ದಿನ ಅದು ನಾನಿನ್ನು ನಿದ್ರೆಯಲ್ಲಿದ್ದಾಗಲೇ ಅವಳಿಂದ ಕರೆ ಬಂತು ಮೊದಲನೇ ದಿನ ಕೆಲಸಕ್ಕೆ ಹೋಗ್ತಾ ಇದ್ದೀನಿ ನಿನ್ನನ್ನು ಮಾತಾಡಿಸಿ ಹೋಗೋಣ ಅಂತ ಕಾಲ್ ಮಾಡಿದೆ ಅಂದಳು. ಆಲ್ ದಿ ಬೆಸ್ಟ್ ಪ್ರೇಮ ಹೊಸ ಜೀವನಕ್ಕೆ ಕಾಲಿಡುತ್ತಾ ಇದ್ದೀರ, ನಿಮ್ಮೊಂದಿಗೆ ನನ್ನ ಹಾರೈಕೆ ಸದಾ ಇರುತ್ತೆ ಧೈರ್ಯವಾಗಿ ಹೋಗಿ ಬನ್ನಿ ಎಂದವನಿಗೆ ಇದೆಲ್ಲ ತಾತ್ಕಾಲಿಕ ಬದಲಾವಣೆ ಅಂತ ತಿಳಿದಿರಲಿಲ್ಲ!.

ಆ ದಿನ ಸಂಜೆ ಪ್ರೇಮ ಕಾಲ್ ಮಾಡಿ ಅಳುತ್ತಿದ್ದಳು. ಮೊದಲ ದಿನವೇ ಅಳುತ್ತಾ ಮನೆಗೆ ಬಂದಿದ್ದ ಅವಳು ಅಲ್ಲಿ ಕೆಲಸ ಮಾಡಲ್ಲ ನಾನು ಎಂದು ಬೇಸರ ವ್ಯಕ್ತಪಡಿಸಿದಳು. ನನಗೆ ಗೊಂದಲ ಶುರುವಾಯ್ತು. ಕೆಲಸ ಏನಾದ್ರು ಕಷ್ಟ ಆಯ್ತಾ? ಎಂದು ಕೇಳಿದೆ ಅವಳು ಏನೂ ಹೇಳದೆ ಸುಮ್ಮನೆ ಅಳುತ್ತಿದ್ದಳು. ನನ್ನಲ್ಲಿ ಅನುಮಾನ ಹುಟ್ಟಿಕೊಂಡಿತ್ತು.

ಹೌದು ನನ್ನ ಅನುಮಾನ ನಿಜವಾಗಿತ್ತು! ಪ್ರೇಮ ತನ್ನ ಮೊದಲ ದಿನದ ಕೆಲಸದಲ್ಲೇ ತನ್ನ ಹಳೆಯ ಗಿರಾಕಿಯನ್ನು ಎದುರುಗೊಂಡಿದ್ದಳು. ವಿಪರ್ಯಾಸವೆಂದರೆ ಅವನೂ ಕೂಡ ಅದೇ ಫ್ಯಾಕ್ಟರಿಯಲ್ಲಿ ಕೆಲಸ ಮಾಡುವವನು ಅದೂ ಆಕೆಯ ಸೂಪರ್ವೈಸರ್ ಆಗಿ! ಅವಳಿಂದ ಎಲ್ಲವನ್ನು ತಿಳಿದ ನನಗೆ ಒಂದು ಕ್ಷಣ ಎದೆಬಡಿತ ಹೆಚ್ಚಾಯಿತು. ಅವನೇನಾದರು ನಿನ್ನ ಜೊತೆ ಕೆಟ್ಟದಾಗಿ ವರ್ತಿಸಿದನಾ? ಎಂಬ ನನ್ನ ಪ್ರಶ್ನೆಗೆ ಆಕೆಯ ಉತ್ತರ ಇಲ್ಲ ಏನೂ ಮಾತಾಡ್ಸಿಲ್ಲ ಆದರೆ ಬೇರೆ ರೀತಿಯಲ್ಲಿ ನನ್ನ ನೋಡುತ್ತಿದ್ದ ನನ್ನ ಬಗ್ಗೆ ಅವನು ಯಾರಿಗಾದರೂ ಹೇಳಿದರೆ ನಾನಲ್ಲಿ ಕೆಲಸ ಮಾಡೋಕೆ ಆಗಲ್ಲ ನಂಗೆ ಭಯ ಆಗ್ತಿದೆ ಅಂದಳು. ಅವಳು ಹೇಳಿದ್ದು ಅಕ್ಷರಶಃ ಸತ್ಯ ಅವಳ ಹಿನ್ನೆಲೆ ತಿಳಿದರೆ ಅಲ್ಲಿನವರೆಲ್ಲರೂ ಆಕೆಯ ಬಗ್ಗೆ ಹಗುರವಾಗಿ ಮಾತಾಡಿ ಅವಳಿಗೆ ಅವಮಾನ ಮಾಡಬಹುದು ಅದನ್ನೆಲ್ಲಾ ತಡೆದುಕೊಳ್ಳುವ ಶಕ್ತಿ ಅವಳಿಗಿಲ್ಲ ಮುಂದೇನು ಎಂಬ ಪ್ರಶ್ನೆ ನನ್ನನ್ನು ಕಾಡತೊಡಗಿತ್ತು ಇಷ್ಟೆಲ್ಲಾ ಪ್ರಯತ್ನ ಪಟ್ಟು ಆಕೆ ತನ್ನ ಹಳೆಯ ಜೀವನವನ್ನು ಮರೆತು ಹೊಸ ಜೀವನಕ್ಕೆ ಕಾಲಿಟ್ಟಿದ್ದಳು. ಆದರೆ ಅದೆಲ್ಲಾ ಒಂದೇ ದಿನಕ್ಕೆ ನೀರಲ್ಲಿ ಹೋಮ ಮಾಡಿದಂತಾಗಿತ್ತು. ಮುಂದೇನು?

ಪ್ರೇಮ ಎರಡನೇ ದಿನ ಕೆಲಸಕ್ಕೆ ಹೋಗಿ ಬಂದಾಗಿತ್ತು ನಾನು ಅಂದುಕೊಂಡಂತಹ ಯಾವುದೇ ರೀತಿಯ ವರ್ತನೆ ಆ ಸೂಪರ್ವೈಸರ್ ನಿಂದ ಬಂದಿರಲಿಲ್ಲ ಅನ್ನುವುದೇ ಸಮಾಧಾನದ ವಿಷಯ ಆಕೆಯ ಬದುಕು ನಿಧಾನವಾಗಿ ಸಹಜವಾಗತೊಡಗಿತು. ಆಕೆ ಕೆಲಸಕ್ಕೆ ಸೇರಿ ಹೆಚ್ಚು ಕಡಿಮೆ ಒಂದು ವಾರವಾಗ್ತಿದೆ ಯಾವುದೇ ತೊಂದರೆಗಳಿಲ್ಲದೆ ಸುಸೂತ್ರವಾಗಿದೆ ಸದ್ಯದ ಜೀವನ. ಮುಂದೇನು?

ಕಾದು ನೋಡಬೇಕು.

6

ಹೊಸ ಬದುಕು

ನನ್ನ ಮತ್ತು ಪ್ರೇಮಳ ಸ್ನೇಹ ದಿನಕಳೆದಂತೆ ಹೆಚ್ಚು ಆತ್ಮೀಯವಾಗುತ್ತಾ ಹೋಯಿತು ಅವಳು ಕೆಲಸ ಪ್ರಾರಂಭಿಸಿ ಒಂದು ತಿಂಗಳು ದಾಟಿಯಾಗಿತ್ತು ಆಗಾಗ್ಗೆ ಫೋನ್ ಮೂಲಕ ಮಾತಾಡುತ್ತಿದ್ದೆವಾದರೂ ಭೇಟಿಯಾಗಲು ಇಬ್ಬರಿಗೂ ಸಮಯವಿರಲಿಲ್ಲ, ನಾನೂ ಕೂಡ ಮೈಸೂರಿನಲ್ಲಿದ್ದರಿಂದ ಬೆಂಗಳೂರಿನ ಕಡೆ ಬಂದಿರಲಿಲ್ಲ. ಒಂದು ತಿಂಗಳ ನಂತರ ಬೆಂಗಳೂರು ತಲುಪಿದಾಗ ಅವಳು ಕರೆ ಮಾಡಿ ಮನೆಗೆ ಬರುವಂತೆ ಆಹ್ವಾನಿಸಿದಳು! ಮೊದಲೇ ಒಂದು ಸಲ ಅವಳ ಮನೆಗೆ ಹೋಗಿದ್ದ ನನಗೆ ಈ ಆಹ್ವಾನದಿಂದ ಭಯವಾಯ್ತು! ಹೋಗಲು ಹಿಂಜರಿದೆ ಏನೇನೋ ಕಾರಣಗಳನ್ನು ನೀಡಿ ತಪ್ಪಿಸಿಕೊಳ್ಳುವ ಪ್ರಯತ್ನ ಮಾಡಿದೆ ಆದರೆ ಅದ್ಯಾವುದೂ ಕೆಲಸ ಮಾಡಲಿಲ್ಲ. ಅವಳ ಹಠ ಮತ್ತು ಒತ್ತಾಯಕ್ಕೆ ನಾನು ಸೋಲಬೇಕಾಯ್ತು, "ಯಾಕೆ ನನ್ನ ಮೇಲೆ ನಂಬಿಕೆ ಇಲ್ವಾ ನಿಂಗೆ" ಎಂಬ ಅವಳ ಒಂದೇ ಒಂದು ಮಾತಿಗೆ ನಾನು ಮರು ಮಾತನಾಡದೆ ಅವಳ ಮನೆಗೆ ಹೋಗಲು ಒಪ್ಪಿಕೊಂಡೆ.

ಮಾರನೇ ದಿನವೇ ಕೆಲಸ ಮುಗಿಸಿ 5ಗಂಟೆ ಸುಮಾರಿಗೆ ಮೆಜೆಸ್ಟಿಕ್ ತಲುಪಿದೆ ಅವಳೂ ಕೆಲಸ ಮುಗಿಸಿಕೊಂಡು ಸ್ವಲ್ಪ ತಡವಾಗಿ ಬಂದಳು ಅಲ್ಲಿಂದ ನನ್ನ ಕರೆದುಕೊಂಡು ಅವಳ ಮನೆಯ ಕಡೆ ಆಟೋ ಹಿಡಿದಳು. ಒಂದು ತಿಂಗಳ ನಂತರ ಭೇಟಿಯಾಗಿದ್ದರಿಂದ ಒಬ್ಬರಿಗೊಬ್ಬರು ಮಾತಾಡಲು ಸ್ವಲ್ಪ ಮುಜುಗರವಾಗುತ್ತಿತ್ತು, ಮೊಬೈಲ್ ನಲ್ಲಿ ಗಂಟೆಗಟ್ಟಲೆ ಮಾತಾಡಿದ್ದರೂ ಎದುರುಗಡೆ ಮಾತುಗಳು ಅಷ್ಟು ಸುಲಭವಾಗಿರಲಿಲ್ಲ.

ಅವಳು ಆಯಾಸಗೊಂಡವಳಂತೆ ಕಂಡಳು, ಹಣೆಯ ಮೇಲೆ ಮೂಡಿದ್ದ ಬೆವರಿನ ಹನಿಗಳು ಅದಕ್ಕೆ ಸಾಕ್ಷಿಯಾಗಿದ್ದವು. ಮೊದಲನೇ ಸಲ ಅವಳೊಂದಿಗೆ ಆಟೋದಲ್ಲಿ ಪ್ರಯಾಣಿಸಿದ್ದಾಗ ನಾನು ನೋಡಿದ್ದವಳಿಗೂ ಇವತ್ತಿನ ಪ್ರೇಮಾಳಿಗೂ ಸಾಕಷ್ಟು ಬದಲಾವಣೆಗಳನ್ನು ಕಾಣಬಹುದಿತ್ತು, ಅಲಂಕಾರವಿಲ್ಲದ ಮುಖ, ಸಾಧಾರಣವಾದ ಬಟ್ಟೆ, ಸುಗಂಧದ ವಾಸನೆಯೂ ಇಲ್ಲ ಕೈನಲ್ಲೊಂದು ದೊಡ್ಡ ವ್ಯಾನಿಟಿ ಬ್ಯಾಗ್ ಇರಿಸಿಕೊಂಡಿದ್ದಳು ಮುಖದಲ್ಲಿನ ನಗು ಕೂಡ ಮಾಯವಾಗಿತ್ತು.

ಅವಳ ಮನೆ ತಲುಪಿದ ನನಗೆ ಟೀ ಮಾಡಿಕೊಟ್ಟಳು ಇಬ್ಬರೂ ಜೊತೆಯಲ್ಲಿಯೇ ಕುಳಿತುಕೊಂಡು ಕುಡಿಯುತ್ತಾ ನಮ್ಮ ಮೊದಲ ದಿನದ ಭೇಟಿಯ ಬಗ್ಗೆ ನೆನಪಿಸಿಕೊಂಡೆವು ಅಂದು ನಾನು ಹೆದರಿದ್ದನ್ನು ಹೇಳುತ್ತಾ ಪ್ರೇಮ ನಗುತ್ತಿದ್ದಳು, ಅವಳೊಂದಿಗೆ ನನ್ನ ನಗುವೂ ಬೆರೆತು ವಾತಾವರಣ ಸ್ವಲ್ಪ ತಿಳಿಯಾಯ್ತು. ಒಂದು ತಿಂಗಳಿಂದ ತಡೆ ಹಿಡಿದಿದ್ದ ಅವಳ ಮಾತುಗಳು ಒಂದೊಂದೇ ಹೊರ ಬರಲು ಪ್ರಾರಂಭಿಸಿದವು. ಫ್ಯಾಕ್ಟರಿಯಲ್ಲಿನ ಕೆಲಸ, ಸಹೋದ್ಯೋಗಿಗಳು, ದಾರಿ ಮಧ್ಯೆ ಸಿಗುವ ಹಳೆಯ ಗಿರಾಕಿಗಳು ಎಲ್ಲವನ್ನೂ ಅವಳೊಬ್ಬಳೇ ಸಮರ್ಥವಾಗಿ ನಿಭಾಯಿಸಿದ ಬಗ್ಗೆ ಹೇಳಿದಳು. ಒಂದು ತಿಂಗಳು ಆಕೆ ಸಾಕಷ್ಟು ಕಷ್ಟ ಪಟ್ಟಿದ್ದಳು ಮಾಡುತಿದ್ದ ವೃತ್ತಿಯನ್ನು ನಿಲ್ಲಿಸಿದ ನಂತರ ಆಕೆಗೆ ದಿನನಿತ್ಯದ ಖರ್ಚುವೆಚ್ಚಕ್ಕೆ ಹಣದ ಸಮಸ್ಯೆ ಎದುರಾಗಿ ಕೊನೆಗೆ ಫ್ಯಾಕ್ಟರಿಯಲ್ಲಿರೋ ಒಬ್ಬರಿಂದ ಸಾಲ ಪಡೆದು ಅದರಲ್ಲಿಯೇ ಜೀವನ ನಿರ್ವಹಿಸಿದ ಬಗ್ಗೆ ಕೇಳಿ ಬೇಸರವಾಯಿತು. ನಾನು ಮೈಸೂರಿನಲ್ಲಿದ್ದುದ್ದರಿಂದ ಆಕೆ ನನ್ನ ಬಳಿಯೂ ಏನನ್ನೂ ಹೇಳಿರಲಿಲ್ಲ, ಒಬ್ಬಳೇ ಎಲ್ಲವನ್ನು ಮೆಟ್ಟಿ ನಿಂತಿದ್ದಳು ಅವಳನ್ನು ಕಂಡು ಬೇಸರದ ನಡುವೆಯೂ ಖುಷಿಯಾಗುತ್ತಿತ್ತು.

"ಟಿವಿ ನೋಡ್ತಾ ಇರು ಐದು ನಿಮಿಷ ಬರ್ತೀನಿ" ಅಂತ ಹೊರ ಹೋದವಳು 20ನಿಮಿಷದ ನಂತರ ಕೈನಲ್ಲೊಂದು ಕಪ್ಪು ಕವರ್ ಹಿಡಿದು ಬಂದಳು! ಅವಳು ಬರುವವರೆಗೂ ಟಿವಿ ನೋಡಬೇಕಾಗಿತ್ತು ಆದರೆ ಅದು ಆನ್ ಮಾಡಲು ಆಗಿರಲಿಲ್ಲ ನನಗೆ, ಪುನಃ ಅವಳೇ ಅದನ್ನು ಆನ್ ಮಾಡಿಕೊಟ್ಟು ಮತ್ತೆ 5ನಿಮಿಷ ಅಂತ ಬಟ್ಟೆ ತೆಗೆದುಕೊಂಡು ಹೊರ ಹೋಗಿ ಬಂದವಳು ನೈಟಿ ಧರಿಸಿದ್ದಳು!
ಗಡಿಬಿಡಿಯಲ್ಲಿ ಏನೋ ಅಡುಗೆ ಮಾಡಲು ತಯಾರಿ ಮಾಡುತ್ತಿದ್ದಳು ಪ್ರೇಮ. ಸಮಯ ಅದಾಗಲೇ 7.30ದಾಟಿತ್ತು "ಟೈಮ್ ಆಯ್ತು ನಾನು ಹೊರಡ್ತೀನಿ" ಅಂದೆ,

"ಸ್ವಲ್ಪ ಹೊತ್ತು ಇರು ಚಿಕನ್ ತಂದಿದ್ದೀನಿ ನಿಂಗೆ ಅಂತ ಅಡುಗೆ ಮಾಡ್ತೀನಿ" ಅಂದಳು. ಅವಳ ಮಾತು ಮೀರಿ ಹೋಗುವ ಹಾಗೂ ಇಲ್ಲ ಜೊತೆಗೆ ಕೋಳಿ ಬೇರೆ ಬಿಟ್ಟು ಹೋದರೆ ಅದಕ್ಕೂ ಬೇಸರವಾಗಬಹುದು ಎನಿಸಿ "ಸರಿ ನಾನೂ ಸಹಾಯ ಮಾಡ್ತೀನಿ ಬೇಗ ಮಾಡಿ ನಾನು ಹೋಗೋಕೆ ಟೈಮ್ ಆಗುತ್ತೆ" ಅಂದೆ ಸರಿ ಅಂದವಳು ಈರುಳ್ಳಿ ಕೊಟ್ಟು ಕತ್ತರಿಸುವಂತೆ ಹೇಳಿದಳು!

ಇಬ್ಬರೂ ಸೇರಿಕೊಂಡು ಅಡುಗೆ ಶುರು ಮಾಡಿದೆವು ಅಡುಗೆ ಮನೆ ವಿಶೇಷವಾಗಿಯೇನು ಇರಲಿಲ್ಲ ನಾವಿದ್ದ ಜಾಗವೇ ಅಡುಗೆ ಮನೆ, ಹಾಲ್, ಬೆಡ್ ರೂಮ್ ಅಲ್ಲಿಯೇ ಇದ್ದ ಗ್ಯಾಸ್ ಸ್ಟೋವ್ ತೋರಿಸಿ ಬೆಂಕಿಪೊಟ್ಟಣ ನೀಡಿದಳು ಅದನ್ನು ಹಚ್ಚಲು ನನಗೆ ಗೊತ್ತಿರಲಿಲ್ಲ ಅದು ಪೋರ್ಟಬಲ್ ಗ್ಯಾಸ್ ಕೆಳಗೆ ಸಿಲಿಂಡರ್ ಅದರ ಮೇಲೆಯೇ ಸ್ಟೋವ್ ಕೂಡ ಇತ್ತು ಅವಳೇ ಅದೆಲ್ಲವನ್ನೂ ನಿಭಾಯಿಸಿದ್ದಳು ನಾನು ಸುಮ್ಮನೆ ಅತ್ತಿತ್ತ ನೋಡುತ್ತಾ ಕುಳಿತಿದ್ದೆ ಅವಳೇನಾದರೂ ಕೇಳಿದಾಗ ಮಾತ್ರ ಆ ವಸ್ತುವನ್ನು ತೆಗೆದು ಕೊಡುತ್ತಿದ್ದೆ.
ಹೇಗೋ ರಾತ್ರಿ 9ಗಂಟೆಯಷ್ಟರಲ್ಲಿ ಬಿರಿಯಾನಿಯ ವಾಸನೆ ಜೋರಾಗಿ ಮೂಗಿಗೆ ಬಡಿಯುತ್ತಿತ್ತು ನಾನೂ ಕೂಡ ತಿನ್ನಲು ರೆಡಿಯಾಗಿದ್ದೆ!
"ಅಡುಗೆ ಆಗಿದೆ ಊಟ ಮಾಡು" ಎಂದು ಅವಳು ಕರೆಯುವುದನ್ನೇ ಕಾಯುತ್ತಾ ಟಿವಿ ನೋಡುತ್ತಿದ್ದೆ ಅಷ್ಟರಲ್ಲಿ ತಟ್ಟೆ ಸಮೇತ ಅವಳೇ ಬಿರಿಯಾನಿ ಕೆಳಗಿಳಿಸಿ ಬಡಿಸತೊಡಗಿದಳು "ನಾನು ಸ್ವಲ್ಪ ಫ್ರೆಶ್ ಆಗಬೇಕಿತ್ತು" ಅಂದೆ ಹೊರಗೆ ಕರೆದುಕೊಂಡು ಬಂದು ಸ್ವಲ್ಪ ಪಕ್ಕದಲ್ಲಿಯೇ ಇದ್ದ ಶೌಚಾಲಯ ತೋರಿಸಿದಳು ಜೊತೆಗೆ ಮೇಣದ ಬತ್ತಿಯನ್ನು ಕೂಡ ಹೊತ್ತಿಸಿಕೊಂಡು ಬಾಗಿಲಿನಲ್ಲಿಯೇ ನಿಂತಿದ್ದಳು ಶೌಚಾಲಯಕ್ಕೆ ವಿದ್ಯುತ್ ಸಂಪರ್ಕವಿರಲಿಲ್ಲ ಅವಳೇ ಹಿಡಿದಿದ್ದ ಮೇಣದ ಬತ್ತಿಯ ಬೆಳಕಿನಲ್ಲಿ ಮುಖ ತೊಳೆದುಕೊಂಡು ಅವಳ ಕಡೆ ತಿರುಗಿದೆ!

ಆ ಬೆಳಕಿನಲ್ಲಿ ಅವಳ ಮುಖ ಹೆಚ್ಚು ಸುಂದರವಾಗಿ ಕಂಡಂತಾಯ್ತು! ನೈಟಿ ಹಾಕಿದ ಅಪ್ಸರೆಯೇ ಬೆಳಕು ತೋರಿಸುತ್ತಾ ಕರೆದಂತಾಗಿ ಅವಳನ್ನೇ ಹಿಂಬಾಲಿಸಲು ಶುರು ಮಾಡಿದೆ, ನೀಡಿದ ಟವೆಲ್ ನಿಂದ ಮುಖ ಒರೆಸಿಕೊಂಡು ಊಟಕ್ಕೆ ಕುಳಿತುಕೊಂಡೆ, ಒಂದೇ ತಟ್ಟೆಯಲ್ಲಿ ಊಟ ಬಡಿಸಿದ್ದಳವಳು!.

7

ಬಿರಿಯಾನಿ ಮತ್ತು ಒಂದು ತಟ್ಟೆ

"ನೀವೂ ಬನ್ನಿ ಒಟ್ಟಿಗೆ ಊಟ ಮಾಡೋಣ" ಎಂದೆ ನಾನು "ಪರವಾಗಿಲ್ಲ ನೀನ್ ಊಟ ಮಾಡು, ನಾನು ಆಮೇಲೆ ಮಾಡ್ತೀನಿ" ಅಂದಳು ನನಗೇಕೋ ಅದು ಸರಿ

ಕಾಣಲಿಲ್ಲ "ನೀವ್ ಮಾಡಿಲ್ಲ ಅಂದ್ರೆ ನಾನು ಆಮೇಲೆ ಮಾಡ್ತೀನಿ ಬಿಡಿ" ಅಂದೆ, "ಹಾಗಲ್ಲ ಒಂದೇ ತಟ್ಟೆ ಇರೋದು ನೀವ್ ಮಾಡಿ, ಆಮೇಲೆ ಅದರಲ್ಲೇ ನಾನು ಮಾಡ್ತೀನಿ ಅಂದುಬಿಟ್ಟಳು"!. ಪ್ರತ್ಯಕ್ಷವಾಗಿ ಕಂಡರೂ ಪ್ರಮಾಣಿಸಿ ನೋಡಬೇಕು ಅನ್ನುವ ಗಾದೆ ಸರಿಯಾಗಿ ನೆನಪಾಯ್ತು ನನಗೆ.
ಬೇರೇನೋ ಯೋಚಿಸುತ್ತಾ "ಸರಿ ಬನ್ನಿ ಒಟ್ಟಿಗೆ ಇದರಲ್ಲೇ ಮಾಡೋಣ" ಅಂದೆ ಮೊದಲು ಬೇಡ ಅಂದಳು ಆಮೇಲೆ ಹೇಗೋ ಬಂದು ಕುಳಿತುಕೊಂಡು ಸುಮಾರು ಹೊತ್ತು ಒಂದೇ ತಟ್ಟೆಯಲ್ಲಿ ಇಬ್ಬರೂ ಒಟ್ಟಿಗೆ ಊಟ ಮಾಡಿದೆವು, ಆದರೆ ಹೆಚ್ಚೇನು ಮಾತು ಹೊರಬರಲಿಲ್ಲ ಒಬ್ಬರ ಮುಖ ಒಬ್ಬರು ನೋಡಿಕೊಂಡದ್ದಷ್ಟೇ ಸಾಧನೆ.

ಊಟವೆಲ್ಲಾ ಮುಗಿದಾದ ಮೇಲೆ ಸಮಯ ನೋಡಿದೆ ಅದಾಗಲೇ 10.30ರ ಹತ್ತಿರದ್ದಲ್ಲಿತ್ತು. "ಸರಿ ನಾನು ಹೊರಡ್ತೀನಿ ತುಂಬಾ ತಡ ಆಯ್ತು, ಬಿರಿಯಾನಿ ಯಾವ ಕಾರಣಕ್ಕೆ ಅಂತ ಹೇಳಿಲ್ಲ ನೀವು" ಎಂದೆ, ಅವಳಿಗೆ ಮೊದಲ ತಿಂಗಳ ಸಂಬಳ ಸಿಕ್ಕ ವಿಚಾರ ಆಗತಾನೆ ತಿಳಿಯಿತು ಸಂಬಳದ ಖುಷಿಯಲ್ಲಿ ಬಿರಿಯಾನಿ ಊಟವನ್ನೂ ಕೂಡ ಹಾಕಿಸಿದ್ದಳು ಅವಳ ಕೃತಜ್ಞತಾ ಭಾವಕ್ಕೆ ನಾನೇನು ಹೇಳಲಿ ಹೆಚ್ಚೇನು ಮಾತಾಡಲು ಸಾಧ್ಯವಾಗಲಿಲ್ಲ ಹೊರಡಲು ಅನುವಾದೆ ಅವಳೇನೋ ಯೋಚಿಸಿ "ಇಷ್ಟು ತಡರಾತ್ರಿಯಲ್ಲಿ ಕೋಳಿ ತಿಂದು ಹೊರ ಹೋಗಬಾರದು" ಅಂದಳು "ಅಯ್ಯೋ ಅದೆಲ್ಲಾ ನಾನ್ ನಂಬಲ್ಲ ಹೊರಡ್ತೀನಿ" ಎನ್ನುತ್ತಾ ಹೊರ ಬರುವಷ್ಟರಲ್ಲಿ ಕರೆಂಟ್ ಹೊಯ್ತು! ಹೊರ ಬಂದಾಗ ಮಳೆ ಸಣ್ಣಗೆ ಶುರುವಾಗಿತ್ತು ಮಣ್ಣಿನ ವಾಸನೆಯೂ ಜೋರಾಗಿ ಮೂಗಿಗೆ ಬಡಿಯುತ್ತಿತ್ತು "ಮಳೆಯಲ್ಲಿ ಹೋಗೋದು ಬೇಡ, ನೀನು ಹೊರಗೆ ಬಂದ ತಕ್ಷಣ ಕರೆಂಟ್ ಬೇರೆ ಹೊಯ್ತು ಇಲ್ಲೇ ಇರು ಇವತ್ತು" ಅಂತ ಹಠಕ್ಕೆ ಬಿದ್ದಳು.

ಅವಳ ಮನೆ ಮುಂದೆಯೇ ನಿಂತು ಬಹಳಷ್ಟು ಕಾಲ ಚರ್ಚೆ ನಡೆಸಿ ಕೊನೆಗೆ ಅಲ್ಲಿಯೇ ಉಳಿಯುವ ತೀರ್ಮಾನ ಮಾಡಿದೆ ಹೊರಗಡೆ ಮಳೆ-ಗಾಳಿ ಜೋರಾಯ್ತು ತಂಪಾದ ಗಾಳಿಯೊಂದಿಗೆ, ಮಳೆಯ ಮೊದಲ ಸ್ಪರ್ಶದ ಮಣ್ಣಿನ ವಾಸನೆಯೂ ಸೇರಿ ಮತ್ತೇರಿಸುವಂತಾಯ್ತು ಮನೆಯೊಳಗೆ ಹೋಗಿ ಬಾಗಿಲು ಮುಚ್ಚಿದ ತಕ್ಷಣ ಅದೇ ಬಿಸಿ ಶಾಖ ಮತ್ತೆ ಪ್ರಾರಂಭ, ಇದರೊಟ್ಟಿಗೆ ಆ ಚಿಕ್ಕ ಜಾಗದಲ್ಲಿ ನಾವಿಬ್ಬರು ಮಲಗುವುದೆಲ್ಲಿ ಎನ್ನುವುದೇ ನನ್ನ ದೊಡ್ಡ ಸಮಸ್ಯೆಯಾಗಿತ್ತು.

ಮಲಗುವುದೇ ಬೇಡ ರಾತ್ರಿಯೆಲ್ಲಾ ಮಾತನಾಡುತ್ತಾ ಕುಳಿತುಕೊಳ್ಳೋಣ ಎಂದುಕೊಂಡರೂ ಅದು ಅಸಾಧ್ಯವೆಂದು ನನಗೂ ಗೊತ್ತಿತ್ತು. ಸರಿ ಅವಳೇ

ನಿರ್ಧಾರ ಮಾಡಲಿ ಅಲ್ಲಿಯವರೆಗೂ ಸುಮ್ಮನೆ ಕುಳಿತುಕೊಂಡು ನಿದ್ದೆ ಮಾಡಿದರಾಯ್ತು ಎಂದು ಗೋಡೆಗೆ ಒರಗಿಕೊಂಡೆ, ಅದಾಗಲೇ ಅವಳು ಚಾಪೆ ಹಿಡಿದು ನಿಂತಿದ್ದಳು!
ನನ್ನನ್ನು ಹಾಸಿಗೆಯ ಮೇಲೆ ಮಲಗಲು ಹೇಳಿ ಅವಳು ಪಕ್ಕದಲ್ಲಿಯೇ ಚಾಪೆ ಹಾಸಿ ಮಲಗಿದಳು.

ಮೇಣದ ಬತ್ತಿಯ ಬೆಳಕಿನಲ್ಲಿ ಇಬ್ಬರು ಆಕಾಶದ ಕಡೆ ಮುಖಮಾಡಿ ಮಲಗಿಕೊಂಡೆವು. ದೀಪ ಆರಿಸಲು ಇಬ್ಬರಿಗೂ ಧೈರ್ಯ ಸಾಕಾಗಲಿಲ್ಲವಿರಬೇಕು ಅದರ ಪಾಡಿಗೆ ಅದು ಉರಿಯುತ್ತಿತ್ತು, ಬಹಳ ಸಮಯವಾದರೂ ನನಗೆ ನಿದ್ದೆ ಬಂದಿರಲಿಲ್ಲ ಅವಳು ಮಲಗಿರಬಹುದು ಎಂದು ಅವಳ ಕಡೆ ತಿರುಗಿದೆ ಅವಳೂ ಕೂಡ ಎಚ್ಚರವಾಗಿದ್ದಳು! "ಯಾಕೆ ನಿದ್ದೆ ಬರ್ತಿಲ್ವಾ" ಎಂದು ಆರಂಭಗೊಂಡ ಮಾತು ನನ್ನ ವೈಯಕ್ತಿಕ ಜೀವನದವರೆಗೂ ಮುಂದುವರೆಯಿತು, ನನ್ನ ಹಿನ್ನೆಲೆ ಬಗ್ಗೆ ಕೇಳಿದ ಅವಳಿಗೆ ನಾನು ಉತ್ತರಿಸಲಿಲ್ಲ ಬದಲಾಗಿ ಅವಳ ಹಿನ್ನೆಲೆಯನ್ನು ತಿಳಿಸುವಂತೆ ಪ್ರಶ್ನಿಸಿದೆ, ಮೊದಮೊದಲು ಉತ್ತರಿಸಲು ಹಿಂದೇಟು ಹಾಕಿದಳಾದರು ಕೊನೆಗೆ ಅವಳ ಜೀವನದ ಬಗ್ಗೆ ಮಾತನಾಡಲು ಪ್ರಾರಂಭಿಸಿದಳು.
ಇಬ್ಬರೂ ಅಕಾಶದೆಡೆಗೆ ಮುಖ ಮಾಡಿ ಫ್ಯಾನ್ ನೋಡುತ್ತಾ ಮಲಗಿಕೊಂಡಿದ್ದೆವು! ಅವಳು ಕಥೆ ಪ್ರಾರಂಭಿಸಿದಳು...ಅವಳ ಕಥೆ ನಾನು ಹೇಳುವುದಕ್ಕಿಂತ ಅವಳೇ ಹೇಳಿದರೆ ಸೂಕ್ತ ಅದಕ್ಕಾಗಿ ನಾನು ಮೌನವಾಗುತ್ತಿದ್ದೇನೆ.

8

ಅವಳ ಕಥೆ

"ನಾನು ಹುಟ್ಟಿದ್ದು, ಬೆಳೆದಿದ್ದು ಎಲ್ಲಾ ಹಾಸನದ ಹತ್ತಿರ ಒಂದು ಹಳ್ಳಿಯಲ್ಲಿ ಅಪ್ಪ-ಅಮ್ಮ ಮತ್ತು ನನ್ನ ತಂಗಿ ನಾವು ನಾಲ್ಕು ಜನ ಇದ್ದೆವು, ಅಪ್ಪ-ಅಮ್ಮ ಗಾರೆ ಕೆಲಸ ಮಾಡ್ತಿದ್ರು, ಎಲ್ಲೆಲ್ಲಿ ಮನೆ ಕಟ್ಟೋಕೆ ಕೆಲಸ ಸಿಗುತ್ತೋ ಅಲ್ಲಿ ತಾತ್ಕಾಲಿಕವಾಗಿ ಒಂದು ಶೆಡ್ ನಿರ್ಮಾಣ ಮಾಡಿಕೊಂಡು ವಾಸಿಸುತ್ತಿದ್ದೆವು. ಅಪ್ಪ ದಿನವೂ ಕುಡಿದು ಬರುತ್ತಿದ್ದ ಅದೇ ಜಗಳ ಅಮ್ಮ ಮತ್ತು ಅಪ್ಪನಿಗೆ ನಾನಿನ್ನು ಚಿಕ್ಕವಳಿದ್ದಾಗಲೇ ಅಪ್ಪ ಒಂದಿನ ಕುಡಿದು ರಸ್ತೆಯಲ್ಲಿ ಯಾವುದೋ ಗಾಡಿಗೆ ಸಿಕ್ಕಿ ಸತ್ತು ಹೋದ. ಅಪ್ಪ ತೀರಿಕೊಂಡ ನಂತರ ಅಮ್ಮ ಕೆಲಸ ಮಾಡಿ ನನ್ನ ಮತ್ತು ನನ್ನ ತಂಗಿಯನ್ನು ಸಾಕಿದರು, ನಾನೂ ಕೂಡ 5ನೇ ತರಗತಿಗೆ ಶಾಲೆಗೆ ಹೋಗುವುದನ್ನು ನಿಲ್ಲಿಸಿ ಮನೆ ಕೆಲಸ ಮಾಡುತ್ತಾ ತಂಗಿಯನ್ನು ನೋಡಿಕೊಳ್ಳುತ್ತಿದ್ದೆ".

ಎಲ್ಲವೂ ಸರಿಯಾಗಿತ್ತು ಅನ್ನುವಾಗಲೇ ಅಮ್ಮ ಯಾರನ್ನೋ ಮನೆಗೆ ಕರೆದುಕೊಂಡು ಬಂದು ಚಿಕ್ಕಪ್ಪ ಎಂದು ಪರಿಚಯಿಸಿದರು! ಆತ ಆಗಾಗ ಮನೆಗೆ ಬರುತ್ತಿದ್ದವನು ಕೊನೆಗೆ ನಮ್ಮ ಜೊತೆಯೇ ಉಳಿಯಲು ಪ್ರಾರಂಭಿಸಿದ?. 3ವರ್ಷ ಹೀಗೆಯೇ ಕಳೆದಿತ್ತು ಅಷ್ಟರಲ್ಲಿ ನಾನು ಮೈನೆರೆದಿದ್ದೆ. ಅದಾಗಿ 6ತಿಂಗಳಿಗೆ ಚಿಕ್ಕಪ್ಪ ಅನ್ನಿಸಿಕೊಂಡವನು ಕೆಲಸದಿಂದ ಬೇಗ ಬಂದವನೇ ನನ್ನ ಕೆಡಿಸಿಬಿಟ್ಟಿದ್ದ, ಅಮ್ಮನಿಗೆ ವಿಷಯ ತಿಳಿಸಿದರೆ ಎಲ್ಲರನ್ನೂ ಸಾಯಿಸುವ ಬೆದರಿಕೆಯನ್ನು ಹಾಕಿಬಿಟ್ಟ, ಭಯದಿಂದ ಅವನು ಹೇಳಿದಂತೆ ಕೇಳುತ್ತಿದ್ದೆ ಆದರೆ ಒಂದಿನ ಅಮ್ಮ ಈ ವಿಚಾರ ತಿಳಿದು ಚಿಕ್ಕಪ್ಪನ ಮೇಲೆ ಕೂಗಾಡಿದಳು, ದೊಡ್ಡ ಜಗಳ ನಡೆದು ಅಮ್ಮ ಚಿಕ್ಕಪ್ಪನಿಂದ ದೂರಾಗಲು ನಿರ್ಧರಿಸಿ ಅಂದೇ ಆ ಊರನ್ನು ಬಿಟ್ಟು ನಮ್ಮ ಹಳ್ಳಿಗೆ ವಾಪಸ್ಸು ಬಂದು ಜೀವನ ಆರಂಭಿಸಿದೆವು.

ಅಮ್ಮ ಅವರಿವರ ತೋಟಕ್ಕೆ ಕೂಲಿ ಹೋಗುತ್ತಿದ್ದಳು ನಾನೂ ಕೂಡ ಕೂಲಿ ಮಾಡಲು ಆರಂಭಿಸಿದೆ ತಂಗಿಯನ್ನು ಸರ್ಕಾರಿ ಶಾಲೆಯೊಂದಕ್ಕೆ ಸೇರಿಸಿದ್ದೆವು. ಕೂಲಿ ಮಾಡಿದರೆ ಊಟ ಇಲ್ಲದಿದ್ದರೆ ಇಲ್ಲ ಅನ್ನುವಂತಾಗಿತ್ತು ನಮ್ಮ ಪರಿಸ್ಥಿತಿ. ಕೈಯಲ್ಲಿ ಬಿಡಿಗಾಸು ಇಲ್ಲದೆ ತಿನ್ನಲು ಸರಿಯಾಗಿ ಊಟವೂ ಇಲ್ಲದೆ ಹಲವಾರು ವರ್ಷ ಕೂಲಿ ಮಾಡುತ್ತಾ ಬದುಕಿದೆವು ಆದರೆ ನನ್ನ ಕೆಟ್ಟ ಬುದ್ದಿ ನನ್ನ ಸುಮ್ಮನೆ ಬಿಡಲಿಲ್ಲ. ಮೊದಲೇ ಬಡತನ, ಹಸಿವಿನಿಂದ ನೊಂದಿದ್ದ ನನಗೆ ಅದೇ ಊರಿನ ಶ್ರೀಮಂತನಾಗಿದ್ದ ಗೌಡನ ಮಗನ ಪರಿಚಯವಾಗಿತ್ತು. ಗೌಡರ ತೋಟದಲ್ಲಿ ಕೂಲಿಗೆ ಹೋಗುತ್ತಿದ್ದಾಗ ಆತ ನನ್ನನ್ನು ಪ್ರೀತಿಸುವಂತೆ ಕಾಡುತ್ತಿದ್ದ. ಬಹುಬೇಗನೆ ಆತನ ಪ್ರೀತಿಗೆ ಬಂಧಿಯಾದ ನಾನು ಅವನೊಡನೆ ದೈಹಿಕ ಸಂಪರ್ಕಕ್ಕೂ ಮುಂದುವರೆದುಬಿಟ್ಟೆ!

ಕೂಲಿಯ ಜೊತೆಗೆ ಆತ ನೀಡುತ್ತಿದ್ದ ಬಗೆಬಗೆಯ ಊಟ, ಚಿಲ್ಲರೆ ಕಾಸು, ಹಳೆಯ ಸೀರೆಗಳು ಅವನೊಂದಿಗೆ ದೈಹಿಕ ಸಂಪರ್ಕಕಕ್ಕೆ ನನ್ನ ಒಪ್ಪಿಸಿಬಿಟ್ಟಿದ್ದವು!

ನಾವಿಬ್ಬರು ಓಡಿಹೋಗಿ ಮದುವೆ ಮಾಡಿಕೊಳ್ಳುವ ಎಂದು ತೀರ್ಮಾನಕ್ಕೆ ಬಂದು ಊರು ಬಿಡಲು ನಿರ್ಧರಿಸಿದೆವು. ಆದರೆ ಅಮ್ಮ ಮತ್ತು ತಂಗಿಯನ್ನು ಬಿಟ್ಟು ಬರಲು ನಾನು ಒಪ್ಪಲಿಲ್ಲ ಅವರಿಗೆ ನಾವಿಬ್ಬರು ಮದುವೆಯಾಗುವ ವಿಚಾರವನ್ನು ತಿಳಿಸಲು ಅವನು ಬಿಡಲಿಲ್ಲ ಕೊನೆಗೆ ಅವನೇ ಒಂದು ಉಪಾಯ ಮಾಡಿದ ಯಾರೋ ಒಬ್ಬ ಹೆಂಗಸನ್ನು ಊರಿಗೆ ಕರೆಸಿ ಅವಳು ಬೆಂಗಳೂರಿನ ದೊಡ್ಡ ಜಾಗದಲ್ಲಿ ಎಲ್ಲರಿಗೂ

ಕೆಲಸ ನೀಡುವ ಶ್ರೀಮಂತ ಕಂಪನಿಯ ಮಾಲೀಕನೊಟ್ಟಿಗೆ ಕೆಲಸ ಮಾಡುತ್ತಾಳೆ ಬಡವರಿಗೆ ಕೆಲಸ ಕೊಡಿಸುತ್ತಾಳೆ ಎಂದೆಲ್ಲಾ ನಂಬಿಸಿದ. ಗೌಡರ ಮಗನ ಮಾತಿಗೆ ಊರಿನಲ್ಲೆಲ್ಲಾ ಗೌರವ ಇತ್ತು ನಾನೂ ಕೂಡ ಅವಳೊಟ್ಟಿಗೆ ಬೆಂಗಳೂರಿಗೆ ಹೋಗಿ ದುಡಿಯುತ್ತೇನೆಂದು ಅಮ್ಮನನ್ನು ಒಪ್ಪಿಸಿದೆ. ಅಮ್ಮ ವಯಸ್ಸಿಗೆ ಬಂದ ಮಗಳನ್ನು ಅಷ್ಟು ದೂರ ಕಳಿಸಲು ಒಪ್ಪಿದ್ದೆ ನನಗೆ ಆಶ್ಚರ್ಯ! ಬಡತನ ಏನ್ ಮಾಡೋದು ಅವಳಿಗೂ ಹಣದ ಬೆಲೆ ಚೆನ್ನಾಗಿ ತಿಳಿದಿತ್ತು.

ಆ ಹೆಂಗಸಿನೊಂದಿಗೆ ಮೊದಲೇ ನಾನು, ಗೌಡನ ಮಗ ನಿರ್ಧರಿಸಿದಂತೆ ಹೊರಟು ಬಂದು ಬೆಂಗಳೂರು ತಲುಪಿದೆ ನಂತರ ಆ ಹೆಂಗಸಿನ ಮನೆಗೆ ಕರೆದುಕೊಂಡು ಬಂದವನು 3ದಿನ ಒಂದೇ ಕೋಣೆಯಲ್ಲಿ ನನ್ನೊಡನೆ ನಿದ್ರಿಸಿದ, ಅಮೇಲೆ ಊರಿನಲ್ಲಿ ಅನುಮಾನ ಬರಬಹುದು ನಾನು ಹೋಗಿ 2ದಿನದಲ್ಲಿ ಬರುತ್ತೇನೆ ನಂತರ ಮದುವೆ ಆಗೋಣ ಅಲ್ಲಿಯವರೆಗೂ ಇಲ್ಲಿಯೇ ಇರು ಎಂದು ಆ ಹೆಂಗಸಿನ ಬಳಿ ನನ್ನ ಬಿಟ್ಟು ಹೊರಟು ಹೋದವನು ಒಂದು ವಾರ ಕಳೆದರೂ ಬರಲಿಲ್ಲ!.

ನಿಧಾನವಾಗಿ ಆ ದೊಡ್ಡ ಮನೆಯ ಒಂದೊಂದೆ ಕೆಲಸ ಮಾಡಲು ಪ್ರಾರಂಭಿಸಿದೆ ಅಲ್ಲಿಗೆ ಬರುತ್ತಿದ್ದ ಗಂಡಸರು, ಮನೆ ತುಂಬಾ ಬಾಡಿಗೆಗೆ ಇದ್ದೇವೆ ಎಂದು ಹೇಳಿಕೊಂಡಿದ್ದ ಹೆಂಗಸರು, ಮನೆಯ ಒಡತಿಯಾದ ನನ್ನ ಕರೆ ತಂದ ಹೆಂಗಸಿನ ವೇಷ ಎಲ್ಲವೂ ಅದು ವೇಶ್ಯಾಗೃಹವೆಂದು ನನಗೆ ಅರ್ಥಮಾಡಿಸಿಬಿಟ್ಟವು. ಒಂದು ತಿಂಗಳವರೆಗೂ ಅದು-ಇದು ಕೆಲಸ ಮಾಡುತ್ತಾ ಕಣ್ಣೀರಿಡುತ್ತಾ ಊಟ ಹೊಂದಿಸಿಕೊಳ್ಳುತ್ತಿದ್ದೆ.
ಅಲ್ಲಿಯವರೆಗೂ ಚೆನ್ನಾಗಿಯೇ ಇದ್ದ ಆ ಹೆಂಗಸು ನನ್ನನ್ನು ಆ ವೃತ್ತಿ ಆರಂಭಿಸುವಂತೆ ಕಾಡಲು ಪ್ರಾರಂಭಿಸಿದಳು. ಎಷ್ಟು ದಿನ ಅಂತ ಬಿಟ್ಟಿ ಊಟ ಹಾಕ್ತಾಳೆ ಅವಳು?

9

ವೇಶ್ಯಾ ಗೃಹ

ಅವಳ ಬಲವಂತಕ್ಕೋ ಇಲ್ಲ ನನ್ನ ಹಸಿವೆಗೋ ಗೊತ್ತಿಲ್ಲ ಅದೊಂದಿನ ಯಾವನೋ ಗಿರಾಕಿಯನ್ನು ನನ್ನ ಕೋಣೆಗೆ ಕಳಿಸಿಬಿಟ್ಟಳು! ಎಷ್ಟೇ ಗೋಳಾಡಿದರು, ಪ್ರತಿಭಟಿಸಿದರು ಆತ ನನ್ನನ್ನು ಬಿಡಲಿಲ್ಲ ಅವನ ಕೆಲಸ ಆದ ಮೇಲೆ ನನ್ನ ಕೈಗೆ ಒಂದಷ್ಟು ಹಣ ನೀಡಿ ಹೋದ, ಅದೇ ಮೊದಲು ಅಷ್ಟು ಹಣವನ್ನು ಒಟ್ಟಿಗೆ ನೋಡಿದ್ದು ನೀರಿಗೆ ಇಳಿದಿದ್ದಾಗಿದೆ ಇನ್ನೇನು ಮುಳುಗುವುದೋ ಸಾಯುವುದೋ ಹಣದ ಮುಂದೆ ಇದೆಲ್ಲಾ ಲೆಕ್ಕಕ್ಕೆ ಬರಲಿಲ್ಲ 20ನೇ ವಯಸ್ಸಿಗೆ

ನನ್ನ ವೃತ್ತಿ ಆರಂಭಿಸಿಬಿಟ್ಟೆ ನಾನು!

ಪ್ರತಿದಿನವೂ ಹಲವಾರು ಗಿರಾಕಿಗಳು ಬರುತ್ತಿದ್ದರು ಕಷ್ಟವೋ-ಸುಖವೋ ಅವರೊಂದಿಗೆ ಮಲಗಿ ಎದ್ದರೆ ಕೈ ತುಂಬಾ ಕಾಸು ಬರುತ್ತಿತ್ತು ಅದರಲ್ಲಿ ಅರ್ಧ ಹಣ ಮನೆಯ ಒಡತಿಗೆ ನೀಡಬೇಕಾಗಿತ್ತು ಉಳಿದ ಹಣವನ್ನು ನಾನು ಊರಿಗೆ ಕಳಿಸುತ್ತಿದ್ದೆ.
2ವರ್ಷ ಹೀಗೆ ಜೀವನ ಸಾಗಿಸಿದ ನನಗೆ ನನ್ನದೇ ವೃತ್ತಿಯ ಒಬ್ಬಳ ಪರಿಚಯವಾಗಿತ್ತು ಅವಳು ಕೂಡ ನನ್ನಂತೆಯೇ ಹಣದ ಹಿಂದೆ ಬಿದ್ದಿದ್ದಳು. "ನಾವಿಬ್ಬರೂ ಅರ್ಧ ಹಣ ಮನೆಯೊಡತಿಗೆ ನೀಡಬೇಕು, ಹೊರಗಡೆ ಹೋದರೆ ಪೂರ್ತಿ ಹಣ ನಾವೇ ಸಂಪಾದಿಸಬಹುದು" ಎಂಬ ಅವಳ ಯೋಚನೆ ನನಗೂ ಸರಿ ಎನ್ನಿಸಿತು, ಊರಿನಲ್ಲಿನ ತಾಯಿ ಮತ್ತು ತಂಗಿಗೆ ಹಣದ ಅವಶ್ಯಕತೆ ತುಂಬಾ ಇರುವುದರಿಂದ ಅವಳೊಟ್ಟಿಗೆ ಸೇರಿ ನಾನು ಆ ಮನೆಯನ್ನು ತೊರೆಯುವ ನಿರ್ಧಾರಕ್ಕೆ ಬಂದೆ.
ಯಾರಿಗೂ ತಿಳಿಸದೆ ಒಂದಿನ ರಾತ್ರಿ ಇಬ್ಬರೂ ಅಲ್ಲಿಂದ ತಪ್ಪಿಸಿಕೊಂಡು ಬಂದು, ಅವಳು ಮೊದಲೇ ಪರಿಚಯ ಮಾಡಿಕೊಂಡಿದ್ದ ಒಬ್ಬ ಗಂಡಸಿನ ಸಹಾಯದಿಂದ ಇಲ್ಲಿಗೆ ಬಂದು ಈ ಮನೆಯನ್ನು ಬಾಡಿಗೆ ಪಡೆದುಕೊಂಡೆವು.

ಇಲ್ಲಿರುವ ಎಲ್ಲಾ ಮನೆಗಳಲ್ಲೂ ಇದೇ ವೃತ್ತಿಯೇ ನಡೆಯುವುದು ಇದೊಂತರಾ ವೇಶ್ಯಾವತಾರವಿದ್ದಂತೆ. ಅಂದಿನಿಂದ ಇಲ್ಲಿ ಬದುಕಲು ಪ್ರಾರಂಭಿಸಿ ನಿಧಾನವಾಗಿ ಗಿರಾಕಿಗಳನ್ನು ಕರೆತರಲು ಪ್ರಾರಂಭಿಸಿದೆವು ನಮ್ಮದೇ ಜಾಗ, ನಮ್ಮದೇ ಗಿರಾಕಿಗಳು ಯಾರಿಗೂ ಪಾಲು ಕೊಡಬೇಕಾಗಿರಲಿಲ್ಲ ಪೂರ್ತಿ ಹಣ ನಮ್ಮದೇ ಆಗಿತ್ತು. ಸ್ವಲ್ಪ ದಿನಗಳಲ್ಲೇ ನಾವಿಬ್ಬರು ಸೇರಿ ಮನೆಗೆ ಬೇಕಾದ ಅಗತ್ಯ ವಸ್ತುಗಳನ್ನು ಖರೀದಿಸಿ ಸ್ವತಂತ್ರ ಬದುಕು ಕಟ್ಟಿಕೊಂಡೆವು ಜೊತೆಗೆ ಊರಿಗೂ ಹಣವನ್ನು ಕಳಿಸುತ್ತಿದ್ದೆವು. ಸ್ವಲ್ಪ ತಿಂಗಳ ನಂತರ ನಾವಿಬ್ಬರೂ ಊರಿಗೆ ಹೋಗಿ ಬರಲು ನಿರ್ಧರಿಸಿದೆವು ನಾನು ನಮ್ಮೂರಿಗೆ ಹೋದೆ ಅವಳು ಅವಳೂರಿಗೆ ಹೋಗಿದ್ದಳು.

ಬಹಳ ವರ್ಷಗಳ ನಂತರ ಊರಿಗೆ ಬಂದಿದ್ದ ನನ್ನ ಕಂಡ ಅಮ್ಮ ತಂಗಿ ಸಂತೋಷಪಟ್ಟರು, ನಾನೂ ಕೂಡ ಅವರ ಬಳಿ ನನ್ನ ವಿಷಯವೇನೂ ಹೇಳದೆ ಯಾವುದೋ ಕಂಪನಿಯಲ್ಲಿ ಕೆಲಸವೆಂದಷ್ಟೇ ಹೇಳಿದ್ದೆ ಅವರಿಂದ ಎಲ್ಲಾ

ವಿಚಾರಗಳನ್ನೂ ಮುಚ್ಚಿಟ್ಟೆ, ನನ್ನ ಜೀವನ ಹಾಳು ಮಾಡಿದ ಗೌಡರ ಮಗನಿಗಾಗಿ ಹುಡುಕಾಡಿದೆ ಆದರೆ ಪ್ರಯೋಜನವಾಗಲಿಲ್ಲ. ಇಡೀ ಊರಿನಲ್ಲಿ ಅವನೆಲ್ಲೂ ಕಾಣಲಿಲ್ಲ ಅವನಿಗೆ ಬುದ್ಧಿ ಕಲಿಸುವಷ್ಟು ಶಕ್ತಿಯೂ ನನಗಿಲ್ಲದೆ ಮನೆಯವರೊಂದಿಗೆ ಕಾಲ ಕಳೆದೆ ಅಮ್ಮ ಕೂಲಿ ಮಾಡುವುದನ್ನು ನಿಲ್ಲಿಸಿದ್ದರು ತಂಗಿಯ ಶಾಲೆಯ ಖರ್ಚು, ಮನೆ ಬಾಡಿಗೆ, ಕುಟುಂಬ ನಿರ್ವಹಣೆ ಎಲ್ಲಕ್ಕೂ ನಾನು ಕಳಿಸುತ್ತಿದ್ದ ಹಣ ಸಾಕಾಗಿರಲಿಲ್ಲ ಸ್ವಲ್ಪ ಸಾಲ ಕೂಡ ಅಮ್ಮ ಮಾಡಿದ್ದರು ಅದು ಬಡ್ಡಿ ಬೆಳೆದು ದುಪ್ಪಟ್ಟಾಗಿತ್ತು. ಅದನ್ನು ತೀರಿಸುವ ಹೊಣೆಯನ್ನು ಹೊತ್ತು ಅಲ್ಲಿಂದ ಹೊರಟು ಮತ್ತೆ ಇಲ್ಲಿಗೆ ಬಂದೆ, ಆದರೆ ನನ್ನ ಸ್ನೇಹಿತೆ ಬರಲಿಲ್ಲ, ಅವಳ ಊರಿನಲ್ಲಿ ಅವಳಿಗೇನು ತೊಂದರೆಯಾಯ್ತೋ ಗೊತ್ತಿಲ್ಲ ಅವಳು ಅಲ್ಲಿಯೇ ಉಳಿದುಬಿಟ್ಟಳು. ಸ್ವಲ್ಪ ದಿನದ ನಂತರ ಬಂದು ಅವಳ ವಸ್ತುಗಳನ್ನೆಲ್ಲಾ ತೆಗೆದುಕೊಂಡು ಮನೆ ಖಾಲಿ ಮಾಡಿದಳು. ಅಂದಿನಿಂದ ನಾನು ಒಂಟಿಯಾದೆ, ಇಲ್ಲಿ ನನಗೆ ಯಾರೂ ಸ್ನೇಹಿತರಿಲ್ಲ ನನ್ನ ಪಾಡಿಗೆ ನಾನು ಜೀವನ ನಡೆಸಲು ಪ್ರಾರಂಭಿಸಿದೆ ಹಣದ ಅವಶ್ಯಕತೆ ತುಂಬಾ ಇತ್ತು ಮನೆಯವರಿಗೂ ನಾನೇ ಹಣ ಕಳಿಸಬೇಕಾಗಿತ್ತು ಅದಕ್ಕಾಗಿ ಗಿರಾಕಿಗಳನ್ನು ಹುಡುಕುವ ಕೆಲಸ ಮುಂದುವರೆಸಿದೆ.

ಈ ಮನೆಗೆ ಬಂದು ಈಗಾಗಲೇ ಒಂದೂವರೆ ವರ್ಷವಾಗುತ್ತಾ ಬಂತು, ಇತ್ತೀಚೆಗೆ ನೀನು ನನ್ನ ಜೀವನದಲ್ಲಿ ಬಂದೆ! ನಾನು ಆ ವೃತ್ತಿ ಮಾಡ್ತಿಲ್ಲ ಅನ್ನೋ ಸಮಾಧಾನ ನನಗಿದೆ ಆದರೆ ಈ ಮನೆಯಲ್ಲಿ ಇರುವಷ್ಟು ದಿನ ಅದನ್ನು ಯಾರೂ ಒಪ್ಪುವುದಿಲ್ಲ! ಸಮಾಜದ ಕಣ್ಣಿಗೆ ನಾನಿನ್ನೂ ಇದೇ ದಂಧೆಯಲ್ಲಿದ್ದೇನೆ! ಅಷ್ಟೇ ಯಾಕೆ ಈ ಅಕ್ಕಪಕ್ಕದವರ ದೃಷ್ಟಿಯಲ್ಲಿಯೂ ಈಗ ನೀನು ನನ್ನ ಗಿರಾಕಿಯಾಗಿದ್ದೀಯ ಅಷ್ಟೇ! ಇದಿಷ್ಟೇ ನನ್ನ ಜೀವನ ಎಂದು ಮಾತು ಮುಗಿಸಿ ಮಗ್ಗುಲು ಬದಲಿಸಿದಳು.

ರಾತ್ರಿಯೆಲ್ಲಾ ಅವಳ ಬಗ್ಗೆ ತಿಳಿದುಕೊಂಡಿದ್ದ ನನಗೆ ಅವಳ ಬಗೆಗಿದ್ದ ಭಾವನೆ ಬೇರೆ ರೀತಿಯಲ್ಲಿ ಬದಲಾಯಿತು!.

ಮೊದಲು ಅವಳನ್ನು ಗೌರವಿಸುತ್ತಿದ್ದ ನಾನು ಅವಳ ಕಥೆ ತಿಳಿದ ನಂತರ ಆರಾಧಿಸಲು ಪ್ರಾರಂಭಿಸಿದ್ದೇನೆ. ಅವಳ ನನ್ನ ಸಂಬಂಧಕ್ಕೆ ಯಾವುದೇ ಹೆಸರಿಡಲು ನನಗಿಷ್ಟವಿಲ್ಲ, ಅವಳನ್ನ ಗೆಳತಿಯಾಗಿ ಅಥವಾ ಸಹೋದರಿಯಾಗಿ ಅಥವಾ ಬೇರೆ ಇನ್ನಾವುದೇ ಸಂಬಂಧದ ಹೆಸರಿಟ್ಟು ಗುರ್ತಿಸಲು ನನ್ನಿಂದಾಗದು ಅದೆಲ್ಲವನ್ನೂ ಮೀರಿದ ಪವಿತ್ರ ಸಂಬಂಧ ನಮ್ಮ ನಡುವಿದೆ ಅದನ್ನು ಉಳಿಸಿಕೊಂಡು ಮುಂದುವರೆಸಿಕೊಂಡು ಹೋಗುವ ಆಸೆ ನನಗೆ.

10
ರಾತ್ರಿಯ ರೈಲು ಪ್ರಯಾಣ

ಪ್ರೇಮಳ ಜೀವನದ ಕಥೆಯನ್ನು ಕೇಳಿದ ನಂತರದಲ್ಲಿ ನಾನು ಅವಳ ಕಡೆ ಹೆಚ್ಚು ಆಕರ್ಷಿತನಾಗಿದ್ದೆ ಅನಿಸುತ್ತದೆ! ಹಿಂದಿಗಿಂತಲೂ ಹೆಚ್ಚು ಸಮಯ ನಾವಿಬ್ಬರು ಮಾತನಾಡುತ್ತಿದ್ದೆವು, ಕೆಲಸದ ಒತ್ತಡದ ನಡುವೆಯೂ ಅವಳಿಗೆ ಕರೆ ಮಾಡಿ ಮಾತನಾಡುವುದು ನನ್ನ ದಿನಚರಿಯಾಗಿತ್ತು. ಅವಳು ಅದೇ ಕಂಪನಿಯಲ್ಲಿಯೇ ಕೆಲಸ ಮುಂದುವರಿಸಿದ್ದಳು, ಅಲ್ಲಿಗೆ ಹತ್ತಿರವಾಗುವಂತಹ ಚಿಕ್ಕ ಬಾಡಿಗೆ ಮನೆಯೊಂದನ್ನು ನನ್ನ ಸ್ನೇಹಿತರ ಸಹಾಯದಿಂದ ಹುಡುಕಿಸಿದ್ದೆ. ಅವಳು ಈ ಮೊದಲು ವಾಸವಿದ್ದ ಬಾಡಿಗೆ ಮನೆಯನ್ನು ಬದಲಿಸಲು ನಾವಿಬ್ಬರು ಈ ಮೊದಲೇ ನಿರ್ಧರಿಸಿದ್ದೆವು ಅದರಂತೆ ಮನೆಯ ಸಾಮಾನುಗಳನ್ನೆಲ್ಲಾ ಹೊಸ ಬಾಡಿಗೆ ಮನೆಗೆ ವರ್ಗಾಯಿಸಿಯಾಗಿತ್ತು, ಅದೇ ದಿನ ಸಂಪ್ರದಾಯದಂತೆ ಹಾಲುಕ್ಕಿಸುವ ಶಾಸ್ತ್ರವೂ ಮುಗಿಯಿತು. ಹೊಸ ಮನೆಯಲ್ಲಿ ಆ ದಿನ ಒಂದಷ್ಟು ಒಳ್ಳೆಯ ಸಮಯವನ್ನು ನಾವಿಬ್ಬರು ಜೊತೆಯಾಗಿ ಕಳೆದ ನಂತರ ಪ್ರೇಮ ತನ್ನೂರಿಗೆ ಹೋಗಬೇಕೆನ್ನುವ ಯೋಚನೆ ಮುಂದಿಟ್ಟಳು ಜೊತೆಯಲ್ಲಿ ನನ್ನನ್ನೂ ಬರುವಂತೆ ಒತ್ತಾಯಿಸಿದಳು, ನನ್ನ ಕೆಲಸದ ಒತ್ತಡದಲ್ಲಿ ಅವಳೊಂದಿಗೆ ಹೋಗುವ ಸ್ಥಿತಿಯಲ್ಲಿರಲಿಲ್ಲ ನಾನು, ಬೇರೆ ದಿನ ಹೋಗುವ ಎಂದು ಸಮಾಧಾನ ಪಡಿಸಿ ಸುಮ್ಮನಾಗಿಬಿಟ್ಟೆ?

ಅಂದುಕೊಂಡತೆಯೇ ಮುಂದಿನ ವಾರವೇ ಸಾಲಾಗಿ ಬಂದ ರಜಾ ದಿನಗಳಲ್ಲಿ ನಾನು ಅವಳೊಡನೆ ಹಾಸನಕ್ಕೆ ಹೊರಟು ನಿಂತೆ! ನಮ್ಮಿಬ್ಬರಿಗೂ ಇದು ಮೊದಲ ದೂರದ ಪ್ರಯಾಣವಾಗಿತ್ತು, ರೈಲಿನ ಪ್ರಯಾಣವಾದ್ದರಿಂದ ಹೆಚ್ಚೇನು ಅಯಾಸವಾಗಲಿಕ್ಕಿಲ್ಲ ಎಂಬುದು ನನ್ನ ಯೋಚನೆ. ಸ್ವಲ್ಪ ಜನಜಂಗುಳಿ ಇದ್ದರೂ ಕೂಡ ಇಬ್ಬರಿಗೂ ಕುಳಿತುಕೊಳ್ಳಲು ಸೀಟ್ ಸಿಕ್ಕಿತ್ತು, ಪ್ರಯಾಣ ಹಿತಕರ ಎನಿಸುತ್ತಿತ್ತು, ದಾರಿಯುದ್ದಕ್ಕೂ ಪ್ರೇಮ ತನ್ನ ಊರಿನ ಬಗ್ಗೆ ಹೇಳುತ್ತಿದ್ದಳು ಅವಳ ಬಾಲ್ಯದ ನೆನಪುಗಳು, ತಾಯಿ ಅನುಭವಿಸಿದ ಕಷ್ಟ ನೋವುಗಳು, ವಿಶೇಷವಾಗಿ ತಂಗಿಯ ಬಗ್ಗೆ ಸಾಕಷ್ಟು ಪ್ರೀತಿಯ ಮಾತುಗಳು ಅವಳದಾಗಿದ್ದವು ಅವಳ ಉತ್ಸಾಹ ತುಂಬಿದ ಮಾತುಗಳಲ್ಲಿ ನಾನು ಕಳೆದು ಹೋಗಿದ್ದೆ. ಪ್ರೇಮಾಳಿಗೆ ನನ್ನ ಬಗ್ಗೆ ತಿಳಿದು ಕೊಳ್ಳುವ ಕುತೂಹಲ ಮೊದಲಿನಿಂದಲೂ ಇತ್ತು ಪದೇ-ಪದೇ ಕೇಳಿದಾಗಲೂ ನಾನು ಉತ್ತರಿಸಿರಲಿಲ್ಲ ನನ್ನದು ತುಮಕೂರು, ಬೆಂಗಳೂರಿನಲ್ಲಿ ಎಲ್ಲೋ ಕೆಲಸ ಮಾಡುತ್ತಿರುವುದಷ್ಟೇ ಅವಳಲ್ಲಿರುವ ಮಾಹಿತಿ.

ನನಗೂ ಇದೇ ಸರಿಯಾದ ಸಮಯವೆನಿಸಿ ನನ್ನ ಬಗ್ಗೆ ಒಂದಷ್ಟು ವಿಚಾರ ತಿಳಿಸಿದೆ, ನಾನು ಕೆಲಸ ಮಾಡುವ ಜಾಗ, ಕುಟುಂಬ ಮತ್ತು ನನ್ನ ಹಿನ್ನೆಲೆಯ ಬಗ್ಗೆ ಎಲ್ಲವೂ ಸಂಕ್ಷಿಪ್ತವಾಗಿ ತಿಳಿಸಿಬಿಟ್ಟೆ ಅವಳಿಗೂ ಖುಷಿಯಾಗಿತ್ತು. ಹಾಗೆಯೇ ಬಹಳ

ದಿನಗಳಿಂದ ಮುಚ್ಚಿಟ್ಟಿದ್ದ ಒಂದು ವಿಚಾರವನ್ನು ಅವಳ ಮುಂದೆ ಹೇಳಿಬಿಟ್ಟೆ!?

ಅದು ಅವಳ ಬಗ್ಗೆ ಬರೆಯುತ್ತಿರುವ ಲೇಖನದ ಕುರಿತಾಗಿ! ಮೊದ-ಮೊದಲು ಅವಳಿಗೆ ಅರ್ಥವೇ ಆಗಲಿಲ್ಲ, ಪತ್ರಿಕೆಯಲ್ಲಿ ಪ್ರಕಟವಾಗಿದ್ದ ಸಂಚಿಕೆಗಳ ಚಿತ್ರಗಳನ್ನು ತೋರಿಸಿ ವಿವರಿಸಿದ ಮೇಲೆ ನಂಬಿಕೆ ಬಂದಿತ್ತು ಅವಳಿಗೆ? ನನ್ನ ನಿರೀಕ್ಷೆಯಂತೆ ಕೋಪವೇನು ಮಾಡಿಕೊಳ್ಳಲಿಲ್ಲ ಆದರೆ ಬೇಸರ ವ್ಯಕ್ತಪಡಿಸಿದ್ದಂತು ಸತ್ಯ.

ರೈಲಿನ ಪ್ರಯಾಣದಲ್ಲಿ ಮರೆಯಲಾರದಷ್ಟು ನೆನಪುಗಳು ಹುಟ್ಟಿಕೊಂಡವು ಹಾಸನ ತಲುಪಿದ್ದು ಗಮನಕ್ಕೆ ಬರಲೇ ಇಲ್ಲ! ಅಲ್ಲಿಂದ ಮತ್ತೊಂದು ಗಂಟೆ ಬಸ್ ಪ್ರಯಾಣ ಮಾಡಿ ಮತ್ತೆ ಅಲ್ಲಿಂದ ಟೆಂಪೋ ಗಾಡಿಗಳಲ್ಲಿ ಸ್ವಲ್ಪ ದೂರ ಪ್ರಯಾಣಿಸಿದ ನಂತರ ಯಾವುದೋ ರಸ್ತೆಯೇ ಕಾಣದ ಹಳ್ಳಿಗೆ ತಲುಪಿದೆವು. ಅದೇ ಅವಳ ಹುಟ್ಟೂರು, ತೀರಾ ಹಿಂದುಳಿದಂತಿರುವ ಹಳ್ಳಿಯದು ಅಲ್ಲೊಂದು ಇಲ್ಲೊಂದು ಮನೆಗಳನ್ನು ಬಿಟ್ಟರೆ ಬಹುಪಾಲು ಗುಡಿಸಲಿನ ರೀತಿಯಲ್ಲಿ ಕಾಣುವ ಮನೆಗಳ ಗುಂಪು ಸ್ವಲ್ಪ ದೂರ ನಡೆದ ನಂತರ ಅವಳ ಮನೆ ತಲುಪಿದೆವು. ಸಾಧಾರಣವಾದ ಮನೆಯದು ಒಳಗೆ ಹೋದ ತಕ್ಷಣ ಪ್ರೇಮಾಳ ತಾಯಿ ಸ್ವಾಗತಿಸಿದರು ಅವರು ಪ್ರೀತಿಯಿಂದ "ನಮಸ್ಕಾರ ಸಾರ್" ಎಂದಾಗಲೇ ನನಗೇನೋ ಮುಜುಗರವಾದಂತಿತ್ತು ಪ್ರೇಮಾ ನನ್ನ ಯಾರೆಂದು ಪರಿಚಯಿಸದ್ದಳೋ ನನಗೆ ಗೊತ್ತಿರಲಿಲ್ಲ ಆದರೆ ಅವರ ತಾಯಿಯಂತೂ ಮೊದಲೇ ನನ್ನ ಪರಿಚಯವಿರುವಷ್ಟು ಆತ್ಮೀಯವಾಗಿ ಮಾತನಾಡುತ್ತಿದ್ದರು ವಿಶೇಷವೆಂದರೆ ಪ್ರೇಮಾಳ ತಂಗಿಯದು ಈ ವರ್ಷ ಪಿಯುಸಿ ಮುಗಿಸಿ ಮುಂದೇನು ಮಾಡಬೇಕೆಂದು ಎದುರು ನೋಡುತ್ತಿರುವ ಹುಡುಗಿ, ನೋಡಲು ಅಕ್ಕನಂತೆಯೇ ಕಾಣುತ್ತಾಳೆ ನನ್ನ ಕಲ್ಪನೆಯಲ್ಲಿ ಪ್ರೇಮಾಳ ತಂಗಿ ಇನ್ನೂ ಸಣ್ಣ ಹುಡುಗಿಯಾಗಿದ್ದಳು ಆದರೆ ಇದ್ದಕ್ಕಿದ್ದಂತೆ ಕಾಲೇಜು ಯುವತಿಯನ್ನು ನೋಡಿ ಸ್ವಲ್ಪ ತಡವರಿಸಿದ್ದೆ. ಪ್ರೇಮ ಬುದ್ಧಿವಂತಿಕೆಯಿಂದ ಮನೆಯನ್ನು ನಿರ್ವಹಿಸಿ ತಂಗಿಯನ್ನು ಓದಿಸುತ್ತಿದ್ದಾಳೆ ಅವಳ ತಾಯಿ ಅಷ್ಟೇನು ತಿಳುವಳಿಕೆ ಇರುವಂತೆ ಕಾಣಲಿಲ್ಲ.

ಸ್ವಲ್ಪ ಕಾಫಿ ಕುಡಿದ ನಂತರ ಊಟದ ಸಿದ್ಧತೆ ನಡೆಸುತ್ತಿದ್ದರು ಅದಾಗಲೇ ಕತ್ತಲಾಗಿದ್ದರಿಂದ ಮನೆಯ ಹೊರಗಡೆ ಬಂದು ಕುಳಿತುಕೊಂಡೆ, ಮೊಬೈಲ್ ನಲ್ಲಿ ನೆಟ್ ವರ್ಕ್ ಶೋಧನೆ ನಡೆಸುತ್ತಾ ಹಳ್ಳಿಯ ರಾತ್ರಿ ಜೀವನ ಕಣ್ತುಂಬಿ ಕೊಳ್ಳುತ್ತಿದ್ದೆ. ಒಂದಷ್ಟು ಹೆಣ್ಣುಮಕ್ಕಳ ಗುಂಪು ಪ್ರೇಮಾಳನ್ನು ಮಾತನಾಡಿಸಲು ಬಂದು

ಹೋಗುತ್ತಿದ್ದರು ಆಕೆಯ ಬಾಲ್ಯದ ಗೆಳತಿಯರಿರ ಬೇಕು ಹೆಚ್ಚು ಪ್ರೀತಿಯಿಂದ ಮಾತನಾಡುತ್ತಿದ್ದರು, ಬಂದವರೆಲ್ಲರೂ ಹೊರಗೆ ಕುಳಿತಿದ್ದ ನನ್ನ ಕಡೆ ಅನುಮಾನದಿಂದ ನೋಡುತ್ತಿದ್ದರು ನನಗೇನೋ ಮುಜುಗರ ಎನಿಸುತ್ತಿತ್ತು. ಹೊಸ ಜಾಗದಲ್ಲಿ ಹೊಸ ಜನರ ನಡುವೆ ರಾತ್ರಿ ಕಳೆದಾಗಿತ್ತು.

ಬೆಳಗ್ಗೆ ಹಳ್ಳಿಯನ್ನೊಮ್ಮೆ ಸುತ್ತಾಡಿ ಬರಲು ಒಬ್ಬನೇ ಹೊರಟೆ, ನೀರಿಗೇನು ತೊಂದರೆಯಿಲ್ಲದೆ ಪ್ರದೇಶವದು ಸುತ್ತಲೂ ತೋಟಗಳಿಂದ ತುಂಬಿತ್ತು, ದಾರಿಯುದ್ದಕ್ಕೂ ಊರಿನ ಜನರು ಮಾತನಾಡಿಸುತ್ತಿದ್ದರು ಯಾವೂರು? ಯಾರ ಮನೆಗೆ ಬಂದಿದ್ದೀರಾ? ಹೀಗೆ ಅವರೊಂದಿಗೆ ಮಾತನಾಡುತ್ತಾ ಈಗಾಗಲೇ ಕೆಲಸದಲ್ಲಿ ತೊಡಗಿರುವ ರೈತರನ್ನು ನೋಡುತ್ತಾ ಹೊಲಗಳಲ್ಲಿ ಚಿಮ್ಮುತ್ತಿದ್ದ ಬೋರ್ವೆಲ್ ನೀರನ್ನು ಕುಡಿದು, ಯಾರದೋ ತೋಟದ ಪೇರಲೆ ಹಣ್ಣುಗಳನ್ನು ತಿನ್ನುತ್ತಾ ನಡೆಯುತ್ತಿದ್ದೆ. ಈ ಹಳ್ಳಿ ನನಗೆ ಸಾಕಷ್ಟು ಖುಷಿ ನೀಡಿತ್ತು,
ಸುಮಾರು ಸಮಯವಾದರೂ ನಾನು ಹಿಂತಿರುಗಿರಲಿಲ್ಲ ಗಾಬರಿಯಿಂದ ನನ್ನ ಹುಡುಕಿಕೊಂಡು ಪ್ರೇಮ ತೋಟಗಳಲ್ಲಿ ಸುತ್ತುತ್ತಿದ್ದಳು ಅವಳಿಗೇನೋ ಭಯ ನಾನು ಕಳೆದು ಹೋಗಬಹುದೆಂದು?! ಅವಳು ಬಂದು ಜೊತೆಯಾದ ನಂತರ ಗೊತ್ತು ಗುರಿಯಿಲ್ಲದ ಪಯಣಕ್ಕೆ ಒಂದು ಗುರಿ ಸಿಕ್ಕಿತು.

11

ಅವಳೂರಲ್ಲೊಂದಿನ

ಅವಳು ದಾರಿ ತೋರಿಸುತ್ತಾ ಎಲ್ಲಾ ಗಿಡಮರಗಳ ಪರಿಚಯ ಹೇಳುತ್ತಾ ನಡೆಯುತ್ತಿದ್ದರೆ ಅವಳನ್ನೇ ನೋಡುತ್ತಾ ನಾನು ಹಿಂಬಾಲಿಸುತ್ತಿದ್ದೆ. " ನೋಡು ಇಲ್ಲಿಂದ ಆ ಮೂಲೆಯವರೆಗೂ ಇರುವ ಜಮೀನು ಅವರದು, ಈ ಬಾವಿ ಇವರದು, ತೋಟದ ಮಾಲೀಕ ಅವನು" ಹೀಗೆ ಅವಳದು ಏನೇನೋ ಮಾತುಗಳು ನನಗಂತೂ ಏನೂ ಅರ್ಥವಾಗಲಿಲ್ಲ! ಸುತ್ತಿ-ಸುತ್ತಿ ಸುಸ್ತಾದ ಮೇಲೆ " ಅದ್ಯಾವುದೋ ಹೊಳೆ ಇದೆ ಬಾ" ಅಂತ ಕರೆದುಕೊಂಡು ಹೋದಳು. ಅಬ್ಬಾ ಈ ಊರಲ್ಲಿ ಇಂತಹದ್ದೊಂದು ಜಾಗವಿರಬಹುದು ಎಂಬ ಊಹಿಯೇ ನನಗಿರಲಿಲ್ಲ ಅಷ್ಟು ಅದ್ಭುತವಾದ ಜಾಗವದು, ಒಂದಷ್ಟು ಮಕ್ಕಳು ಚಡ್ಡಿಯಿಲ್ಲದೆ ನೀರಿಗಿಳಿದಿದ್ದರು.

ನಿಸರ್ಗದ ಮಡಿಲಲ್ಲಿ ಶಬ್ಧವೇ ಇಲ್ಲದಂತೆ ನಿಧಾನವಾಗಿ ಹರಿಯುತ್ತಿದ್ದ ತೊರೆಯದು ಸುತ್ತಲೂ ಹಸಿರೇ ತುಂಬಿತ್ತು ನೀರಿನ ಮಧ್ಯೆ ಅಲ್ಲಲ್ಲಿ ತಲೆ ಎತ್ತಿದ್ದ ಕಲ್ಲು ಬಂಡೆಗಳು, ಹರಿಯುತ್ತಲೇ ದಾರಿ ಮಾಡಿಕೊಂಡಿದ್ದ ನೀರಿನ ರಭಸಕ್ಕೆ ಹೊಳೆಯ ಇಕ್ಕೆಲಗಳಲ್ಲಿ ರಾಶಿ ಮರಳು ತುಂಬಿಕೊಂಡಿತ್ತು. ಒಂದಷ್ಟು ಸಮಯ ಅಲ್ಲಿ ಕಳೆದ ಮೇಲೆ ಅವಳೊಂದಿಗೆ ಅವರ ಮನೆಗೆ ಹಿಂತಿರುಗಿ ಬಂದು ಬೆಂಗಳೂರಿಗೆ ಹೊರಡಲು ಸಿದ್ಧತೆ ಮಾಡಿಕೊಂಡೆ ಪ್ರೇಮಾ ಕೂಡ ನನ್ನೊಂದಿಗೆ ಹೊರಟು ನಿಂತಳು. ತಂಗಿಯ ಮುಂದಿನ ಕಾಲೇಜು ಶಿಕ್ಷಣದ ಬಗ್ಗೆ ಚರ್ಚಿಸಿ ಡಿಗ್ರಿ ಕಾಲೇಜು ಸೇರಿಸುವ ಬಗ್ಗೆ ನಿರ್ಧರಿಸಿದಳು ಪ್ರೇಮಾ.

ಸಂಜೆಯವರೆಗೂ ಪ್ರೇಮಾಳ ತಾಯಿ ಮತ್ತು ತಂಗಿಯೊಂದಿಗೆ ಸಾಕಷ್ಟು ವಿಚಾರಗಳನ್ನು ಮಾತನಾಡಿದ್ದೆ, ಅದರಲ್ಲಿ ಪ್ರೇಮಾಳ ಮದುವೆಯ ವಿಚಾರವೂ ಸೇರಿತ್ತು ಬಡತನದ ಕಾರಣ ನೀಡಿ ಪ್ರೇಮಾಳ ತಂಗಿ ಮುಂದೆ ಓದುವುದನ್ನು ನಿಲ್ಲಿಸಿ ಕೆಲಸ ಮಾಡುವ ಆಸೆ ವ್ಯಕ್ತಪಡಿಸಿದಳು ತಾಯಿಯ ಮಾತೂ ಅದೇ ಆಗಿತ್ತು ಆದರೆ ಪ್ರೇಮ ಮದುವೆಯ ಬಗ್ಗೆ ಆಸಕ್ತಿ ತೋರಲಿಲ್ಲ ತಂಗಿಯನ್ನು ಓದಿಸಬೇಕೆಂಬುದು ಅವಳ ನಿರ್ಧಾರವಾಗಿತ್ತು. ಅಪೂರ್ಣ ಮಾತುಕತೆಯ ನಂತರ ನಾವಲ್ಲಿಂದ ಸಂಜೆ 6 ಗಂಟೆಗೆ ಹೊರಟು ಬಂದೆವು ಹೊರಡುವಾಗ ಆ ತಾಯಿ

ಮತ್ತು ತಂಗಿಯ ಕಣ್ಣಲ್ಲಿದ್ದ ಅನಾಥಭಾವ ನಮ್ಮನ್ನು ಕಾಡದೆ ಬಿಡಲಿಲ್ಲ.
ರಾತ್ರಿಯ ರೈಲು ಪ್ರಯಾಣ ಆರಂಭಿಸಿದ ನಂತರವೂ ಪ್ರೇಮ ತನ್ನ ಮೌನ ಮುರಿದಿರಲಿಲ್ಲ, ನನ್ನ ಮಾತುಗಳೂ ಅವಳನ್ನು ಎಚ್ಚರಿಸದಷ್ಟು ದೀರ್ಘ ಆಲೋಚನೆಯಲ್ಲಿ ಮುಳುಗಿದ್ದಂತೆ ಕಂಡಳು?

ಮೊದಲನೆಯದು ಮದುವೆಯ ವಿಚಾರದಲ್ಲಿ ಆಕೆಗಿರುವ ಭಯ ಮತ್ತೊಂದು ಇರುವ ಕಡಿಮೆ ಸಂಬಳದಲ್ಲಿ ತಂಗಿಯ ವಿದ್ಯಾಭ್ಯಾಸ ಮತ್ತು ಮನೆ ನಿರ್ವಹಣೆ ಕಷ್ಟಸಾಧ್ಯ. ಇದನ್ನೆಲ್ಲಾ ಅವಳು ಹೇಳದಿದ್ದರೂ ಅರ್ಥವಾಗದಿರುವಷ್ಟು ನಾಗರೀಕ ನಾನಲ್ಲವಲ್ಲ!
ಅವಳ ಎಲ್ಲಾ ಸಮಸ್ಯೆಗಳಿಗೂ ಪರಿಹಾರದ ಬಗ್ಗೆ ನಾನೇ ಅವಳೊಂದಿಗೆ ಮಾತನಾಡಿ ಸಮಾಧಾನ ಪಡಿಸಿದೆ. ನಾನು ಸೂಚಿಸಿದ ಪರಿಹಾರಕ್ಕೆ ಅರೆ ಮನಸ್ಸಿನಿಂದ ಅವಳು ಒಪ್ಪಿಕೊಂಡಳು. ಅವಳ ಸಮಸ್ಯೆ ನಿವಾರಿಸಿದ ಸಮಾಧಾನ ಮತ್ತು ತೃಪ್ತಿ ಪಡುವ ಸರಧಿ ನನ್ನದಾಗಿತ್ತು ಆ ಪರಿಹಾರ ಸೂತ್ರಗಳನ್ನು ಬರೆಯಲು ಮುಜುಗರದಿಂದ ನಾನು ಹಿಂಜರಿದಿದ್ದೇನೆ!? ಅದು ನನ್ನಲ್ಲಿಯೇ ಇರಲಿ.

ಮತ್ತೊಂದು ಸುಂದರವಾದ ಪ್ರಯಾಣ ಅದೂ ರಾತ್ರಿಯ ರೈಲಿನ ಪ್ರಯಾಣದಲ್ಲಿ ನಾವಿಬ್ಬರು ಇನ್ನಷ್ಟು ಒಬ್ಬರನ್ನೊಬ್ಬರು ಅರ್ಥೈಸಿಕೊಂಡು ಬೆಂಗಳೂರು ತಲುಪಿದೆವು. ಮಧ್ಯರಾತ್ರಿ ಮೀರಿದ್ದರಿಂದ ಅವಳನ್ನು ಮನೆ ತಲುಪಿಸಿ ನಾನು ಹಿಂತಿರುಗಿದೆ. ಮತ್ತದೇ ಯಥಾಸ್ಥಿತಿ ನಮ್ಮಿಬ್ಬರ ಬಾಳಲ್ಲಿ ಮುಂದುವರೆಯಲಿದೆ.................
ಅವಳೊಂದಿಗೆ ಪ್ರಯಾಣಿಸಿದ ಈ 2 ದಿನಗಳು ಮತ್ತು ಅವಳ ಕುಟುಂಬದ ಜೊತೆ ಕಳೆದ ಸಮಯ ನನ್ನ ಪಾಲಿಗೆ ಅತ್ಯಮೂಲ್ಯ ನೆನಪುಗಳಾಗಿ ಉಳಿದುಕೊಳ್ಳಲಿವೆ.

12
ಒಂದು ಆಕಸ್ಮಿಕ ಭೇಟಿ

ಪ್ರೇಮ ಈಗ ನನ್ನ ಬದುಕಿನ ಅವಿಭಾಜ್ಯ ಅಂಗವಾಗಿದ್ದಾಳೆ ಅವಳ ಮಾತು, ನಡವಳಿಕೆ, ನನ್ನ ಬಗ್ಗೆ ತೋರುವ ಕಾಳಜಿ ಎಲ್ಲವೂ ನನಗಿಷ್ಟ! ನಮ್ಮಿಬ್ಬರ ನಡುವೆ ಯಾವುದೇ ಬದಲಾವಣೆಗಳು ಇತ್ತೀಚಿನವರೆಗೂ ಆಗಿರಲಿಲ್ಲ, ಅವಳು ಅದೇ ಕೆಲಸದಲ್ಲಿ ಮುಂದುವರೆಯುತ್ತಿದ್ದಾಳೆ ಆದರೆ ನನ್ನದೇ ವಿಚಿತ್ರ ಸನ್ನಿವೇಶ, ಕೆಲಸದ ವರ್ಗಾವಣೆಯಿಂದ ನಾನೀಗ ಬೆಂಗಳೂರು ತೊರೆದು ಮೈಸೂರಿನಲ್ಲಿ ನೆಲೆಸಿದ್ದೇನೆ. ಬೆಂಗಳೂರು ತೊರೆಯುವ ದಿನ ಆಕೆಯನ್ನು ಅವಳದೇ ಕೆಲಸದ ಜಾಗದಲ್ಲಿ ಭೇಟಿಯಾಗಿದ್ದೆ.

ನಿಮಗೀಗಾಲೇ ತಿಳಿದಿರುವ ಹಾಗೆ ಅಲ್ಲಿನ ಹೆಚ್.ಆರ್ ನನ್ನ ಸ್ನೇಹಿತ ಅವನ ಭೇಟಿಯ ನೆಪದಲ್ಲಿ ಕಳೆದ ತಿಂಗಳು ಅವನ ಫ್ಯಾಕ್ಟರಿಯ ಬಳಿ ಹೋಗಿದ್ದೆ, ನನ್ನ ಅನಿರೀಕ್ಷಿತ ಆಗಮನ ಅವನಿಗೆ ಆಶ್ಚರ್ಯ ತಂದಿತ್ತು! ಖುಷಿಯಿಂದ ಬರಮಾಡಿಕೊಂಡ ಗೌರವದಿಂದ ನೋಡಿಕೊಂಡವನಿಗೆ ನಾನು ಪ್ರೇಮಳನ್ನು ನೋಡಲು ಬಂದಿರುವುದು ಹೇಗೆ ತಿಳಿಯಬೇಕು ಪಾಪ! ನಾನೇ ಮುಂದುವರೆದು ಆಕೆಯ ಕೆಲಸದ ಬಗ್ಗೆ ವಿಚಾರಿಸಿದಾಗ ಅವನಿಂದ ಒಳ್ಳೆಯ ಅಭಿಪ್ರಾಯವೇ ಬಂತು, ಅವನನ್ನು ಕರೆದುಕೊಂಡು ಇಡೀ ಫ್ಯಾಕ್ಟರಿಯ ಒಳಗೆಲ್ಲಾ ಒಂದು ಸುತ್ತು ಬರೋಣ ಎಂದು ಹೊರಟೆ.

ಪ್ರೇಮ ಕೆಲಸ ಮಾಡುವ ಜಾಗಕ್ಕೆ ಬಂದೊಡನೆ ದೂರದಿಂದಲೇ ಆಕೆಯನ್ನು ನಾನು ಗುರುತಿಸಿದ್ದೆ, ಕಂಪನಿಯ ಯೂನಿಫಾರಮ್ ತೊಟ್ಟು ತಲೆಗೊಂದು ಕ್ಯಾಪ್ ಧರಿಸಿ ತನ್ನ ಪಾಡಿಗೆ ತಾನು ಕೆಲಸ ಮಾಡುತ್ತಿದ್ದಳು, ನಾವು ಒಳಪ್ರವೇಶಿಸಿದ ತಕ್ಷಣ ಅಲ್ಲಿದ್ದವರೆಲ್ಲಾ ಹೆಚ್.ಆರ್ ಬಂದ್ರು ಎಂದು ಅಲರ್ಟ್ ಆಗುತ್ತಿದ್ದರು, ಪ್ರೇಮ ಕೂಡ ಇದಕ್ಕೆ ಹೊರತಾಗಲಿಲ್ಲ, ಅವಳು ನನ್ನನ್ನು ಗಮನಿಸಿರಲಿಲ್ಲ ನಾವು ಅವರತ್ತಿರಕ್ಕೆ ಬಂದ ನಂತರವೂ ಆಕೆ ನನ್ನ ಕಡೆ ನೋಡಲಿಲ್ಲ, ನಾನೇ ಮುಂದುವರೆದು ಅವಳ ಹೆಸರ ಕರೆದೇ ಬಿಟ್ಟೆ, ಗಾಬರಿ ಬಿದ್ದು ನನ್ನ ಕಡೆ ನೋಡಿದಳು, ಬಹಳ ದಿನದ ನಂತರ ನಾವಿಬ್ಬರು ಭೇಟಿಯಾಗುತ್ತಿರುವುದು, ಅದೂ ಕೂಡ ನಾನು ಬರುವ ಮಾಹಿತಿಯೂ ಅವಳಿಗಿರಲಿಲ್ಲ ಜೊತೆಗೆ ಅವಳದೇ ಕೆಲಸದ ಜಾಗದಲ್ಲಿ ನನ್ನ ಕಂಡು ಗಾಬರಿಯೊಂದಿಗೆ ನನ್ನ ಜೊತೆ ಮಾತನಾಡಿದಳು ಜಾಸ್ತಿಯೇನು ಮಾತನಾಡಲು ಸಾಧ್ಯವಾಗಲಿಲ್ಲ, ಅವಳು ಕೆಲಸ ಮುಂದುವರೆಸಿದಳು ನಾನು ಸ್ನೇಹಿತನೊಂದಿಗೆ ಅವನ ಛೇಂಬರ್ ಗೆ ಆಗಮಿಸಿದೆ. ಅಂದೇ ನಾನು ಬೆಂಗಳೂರು ತೊರೆಯಬೇಕಾಗಿದ್ದರಿಂದ ಮಧ್ಯಾಹ್ನದವರೆಗೂ ಅಲ್ಲಿಯೇ ಕಾಲ ಕಳೆದೆ ಊಟದ ಸಮಯಕ್ಕೆ ಪ್ರೇಮಳನ್ನು ಭೇಟಿಯಾಗುವ ಉದ್ದೇಶ ನನ್ನದಾಗಿತ್ತು ಅದರಂತೆ ಊಟದ ಸಮಯವಾಯ್ತು ಸ್ನೇಹಿತನಿಗೆ ಹೊರಡುತ್ತೇನೆಂದೆ ಆತ ಊಟ ತರಿಸುತ್ತೇನೆ ಇಲ್ಲೇ ಊಟ ಮಾಡುವ ಎಂದು ಒತ್ತಾಯಿಸಿದ ಸರಿ ಎಂದು ಅವನೊಂದಿಗೇ ಊಟ ಮುಗಿಸಿ ಪ್ರೇಮಳನ್ನು ಮಾತನಾಡಿಸಿ ಹೊರಡುತ್ತೇನೆಂದೆ ಅವನಿಗೆ ನನ್ನ ತೊಳಲಾಟ ಅರ್ಥವಾಗಿತ್ತೇನೋ ಪಾಪ ಪ್ರೇಮಳನ್ನು ಕರೆಸಿ ನಮ್ಮಿಬ್ಬರಿಗೂ ಮಾತನಾಡಲು ಜಾಗವನ್ನು ಕೊಟ್ಟು ಹೊರನಡೆದ.

ಅದೇ ಪ್ರೇಮ ಅವಳಲ್ಲೇನು ಬದಲಾವಣೆ ಇಲ್ಲ ಸುಮಾರು 3ತಿಂಗಳ ನಂತರದ ಭೇಟಿಯದು, ಏನು ಹೇಳದೆ ಕೇಳದೆ ಬಂದಿದ್ದೀಯಾ? ಎಂದವಳಿಗೆ ನನ್ನ ವರ್ಗಾವಣೆಯ ವಿಚಾರ ತಿಳಿಸಿದೆ ಅವಳ ಮುಖದ ಬದಲಾವಣೆಗಳು ನನಗೆ ಸ್ಪಷ್ಟವಾಗಿ ಗೋಚರಿಸಿದವು. ಅವಳಿಗೆ ನಿರಾಶೆಯಾಗಿತ್ತೋ ಇಲ್ಲ ಅಭದ್ರತೆ ಕಾಡಿತೊ ನನಗೆ ಸರಿಯಾಗಿ ತಿಳಿಯಲಿಲ್ಲ ಅದನ್ನೆಲ್ಲಾ ಬಾಯಿ ಬಿಟ್ಟು ಹೇಳುವ ಹುಡುಗಿಯೂ ಅವಳಲ್ಲ, ಅವಳಿಗೆ ಧೈರ್ಯ ತುಂಬುವುದು ನನ್ನಿಂದಾಗದು ಅವಳೊಂಥರ ಮೌನಿ. ತಂಗಿ ಕಾಲೇಜಿಗೆ ಹೋಗುತ್ತಿದ್ದಾಳೆ ತಾಯಿ ಆರೋಗ್ಯವಾಗಿದ್ದಾರೆ ಅನ್ನುವುದೇ ಸಮಾಧಾನದ ವಿಚಾರ, ಅವಳ ಮುನಿಸು ಮೌನದಲ್ಲೇ ಅರ್ಥೈಸಿದ್ದ ಜಾಣೆ ಪ್ರೇಮ. ನಾನು ಮೈಸೂರು ಹೊರಡುವ ಮೊದಲು ನಿನ್ನ ನೋಡಬೇಕಿತ್ತು, ವಿಷಯ ಹೇಳಬೇಕಿತ್ತು ಅಷ್ಟೇ ಅದಕ್ಕಾಗೇ ಈ ದಿಢೀರ್ ಭೇಟಿ, ಆರೋಗ್ಯ ಸರಿಯಾಗಿ ನೋಡಿಕೋ, ಆಗಾಗ್ಗೆ ಫೋನ್ ಮಾಡ್ತಿರು, ನಾನು ತಿಂಗಳಿಗೊಮ್ಮೆ ಆದರೂ ಬಂದು ಭೇಟಿ ಮಾಡುತ್ತೇನೆ, ಏನೇ ವಿಷಯ ಇದ್ರೂ ತಕ್ಷಣ ಕಾಲ್ ಮಾಡು, ಟೈಮ್ ಆಗ್ತಿದೆ ನಾನು ಹೊರಡ್ತೀನಿ ಎಂದು ಜವಾಬ್ದಾರಿಯುತ ಮಾತುಗಳನ್ನಾಡಲು ಪ್ರಯತ್ನಿಸಿದೆ, ಹೂ ಹೂ! ಏನೂ ಉತ್ತರವಿಲ್ಲ? ಅವಳ ಮನಸು ಕದಡಿತ್ತು ನನದೂ ಅದೇ ಅನುಭವ.

(ಗೂಡಲ್ಲಿ ಹೇಗೋ ಬದುಕಿದ್ದೆ ನಾನು, ಬಯಲಾಸೆ ತೋರಿ ನೀ ಕರೆದೆ? ಎದೆಯಾಳದಲ್ಲಿ ರಂಗೋಲಿ ಬರೆದೆ ಬಣ್ಣ ಬಣ್ಣದ ಕನಸ ಸುರಿದೆ!)

ಇದೇ ಹಾಡನ್ನು ಪ್ರೇಮ ನನ್ನ ನೋಡುತ್ತಾ ಕಣ್ಣಲ್ಲೇ ಹಾಡಿದಂತಿತ್ತು, ಅವಳಿಗೆ ಈ ಹಾಡು ಬಹಳ ಇಷ್ಟ. ನಾನು ಹೊರಡುವ ಸಮಯವೂ ಆಯ್ತು ಭಾರವಾದ ಹೆಜ್ಜೆಗಳೊಂದಿಗೆ ಹೊರಬಂದೆ, ಬಸ್ ಹತ್ತಿ ಮೆಜೆಸ್ಟಿಕ್ ತಲುಪಿದೆ, ಸನ್ನಿವೇಶಗಳೆಲ್ಲಾ ಮೊದಲ ದಿನದ ನಮ್ಮಿಬ್ಬರ ಭೇಟಿಯನ್ನು ನೆನಪಿಸುತ್ತಿತ್ತು, ರೈಲು ಹತ್ತಿದ ಮೇಲಂತೂ ಮನಸು ಹಳಿ ತಪ್ಪಿತ್ತು, ಅವಳ ಇಷ್ಟದ ಹಾಡು ರೈಲಿನ ಪ್ರಯಾಣದಲ್ಲಿ ನನಗೂ ಇಷ್ಟವಾಯ್ತು ದಾರಿಯುದ್ದಕ್ಕೂ ಅದೇ ಸಾಲುಗಳು ಪದೇ-ಪದೇ ಚುಚ್ಚುತ್ತಿದ್ದವು.

ಬದುಕು ಇಷ್ಟೇ ಒಂಥರಾ ನಿರಂತರ ಪ್ರಯಾಣ, ಹತ್ತುವವರೆಷ್ಟೋ ಇಳಿಯುವವರೆಷ್ಟೋ ಎಲ್ಲರೂ ಪ್ರಯಾಣಿಕರೇ ಅವರವರ ಊರಿಗೇ ಅವರು ತಲುಪಬೇಕು ಅವರವರ ಸ್ಥಳ ಬಂದಾಗ ಇಳಿದು ಹೋಗಲೇ ಬೇಕು.....!?

13

ಮತ್ತೊಂದು ರಾತ್ರಿ

ನಾನು ಮೈಸೂರಿಗೆ ಬಂದು ಬಹಳ ತಿಂಗಳುಗಳೇ ಕಳೆದಿತ್ತು ಅಂದು ಅವಳನ್ನು ಅವಳದೇ ಕಂಪನಿಯಲ್ಲಿ ಮಾತನಾಡಿಸಿ, ಅವಳೊಟ್ಟಿಗೆ ಊಟ ಮಾಡಿ, ಮತ್ತೆಂದೂ ಸಿಗುವುದೇ ಇಲ್ಲವೇನೋ ಎಂಬಂತಹ ಭಾರವಾದ ಮಾತುಗಳನ್ನಾಡಿ ಅವಳಿಂದ ದೂರ ಬಂದಿದ್ದೆ, ಅವಳನ್ನು ಒಂಟಿ ಮಾಡುವ ಉದ್ದೇಶವಾಗಲಿ, ಅವಳಿಂದ ದೂರಾಗುವ ಯೋಚನೆಯಾಗಲಿ ಇರಲಿಲ್ಲ ಇದ್ದದ್ದೊಂದೆ ಬದುಕಿನ ಅನಿವಾರ್ಯತೆ. ಅಷ್ಟೇ ಅಲ್ಲ ಇಲ್ಲಿ ನಾನು ಮಾಡಬೇಕಾದ್ದ ಬೇರೆಯೇ ಮುಖ್ಯ ಕೆಲಸವಿತ್ತು.

ನಾನು ಮೈಸೂರಿಗೆ ವರ್ಗವಾದ ಆರಂಭಿಕ ದಿನಗಳಲ್ಲಿ ಅವಳು ನನ್ನೊಂದಿಗೆ ಸರಿಯಾಗಿ ಮಾತನಾಡುತ್ತಿರಲಿಲ್ಲ, ಅವಳಿಗೆ ನನ್ನಿಂದ ದೂರವಾಗಬೇಕೆನ್ನುವ ಯೋಚನೆ ಬಂದಿದ್ದ ಸಮಯವದು, ಅವಳೇ ಇತ್ತೀಚೆಗೆ ನನ್ನ ಬಳಿ ಹೇಳಿಕೊಂಡ ಸತ್ಯ ಅದು, ಅವಳಿಂದ ದೂರಾಗಬೇಕೆನ್ನುವ ಉದ್ದೇಶದಿಂದಲೇ ನಾನು ಬೆಂಗಳೂರು ತೊರೆದೆ ಎನ್ನುವುದು ಅವಳ ನಂಬಿಕೆಯಾಗಿತ್ತು, ಪಾಪ ಒಂಟಿತನಕ್ಕೆ ಹೆದರಿದ್ದಳೋ, ಇಲ್ಲ ಬದುಕಿನ ಅಭದ್ರತೆಯೋ ಅವಳನ್ನು ಇನ್ನಿಲ್ಲದ್ದಂತೆ ಕಾಡಿತ್ತು, ಹೇಗಾದರೂ ಸರಿ ನನ್ನಿಂದ ದೂರವಾಗಿಬಿಡಬೇಕು ಎಂದು ನಿರ್ಧರಿಸಿ ನನ್ನೊಂದಿಗೆ ಮಾತು ಬಿಟ್ಟಿದ್ದಳು, ನಾನು ಆಗಾಗ್ಗೆ ಕರೆಮಾಡಿ ಮಾತನಾಡಿಸುವ ಪ್ರಯತ್ನ ಮಾಡುತ್ತಲೇ ಇದ್ದೆ ಆದರೂ ಅವಳು ಬದಲಾಗಿರಲಿಲ್ಲ..

ಕೆಲವು ತಿಂಗಳು ಹೀಗೇ ಸಾಗಿತ್ತು, ಒಂದಿನ ಇದ್ದಕ್ಕಿದ್ದಂತೆ ಕರೆ ಮಾಡಿ "ನೀನು ಮದ್ವೆ ಮಾಡ್ಕೊಂಡ್ಯಾ? ಎಂದು ಪ್ರಶ್ನಿಸಿದ್ದಳು! ನನಗೆ ನಗುಬೇಕೋ ಅಳಬೇಕೋ

ತಿಳಿಯಲಿಲ್ಲ, ನಾನು ಆಕೆಯನ್ನು ದೂರ ಮಾಡಿರಲೇ ಇಲ್ಲ, ಮಾಡುವುದು ಇಲ್ಲ ಎಂದು ಅವಳಿಗಿನ್ನೂ ತಿಳಿಯದ ಕಾಲವದು.. ಹಾಗೋ ಹೀಗೋ ಮತ್ತೆ ಮಾತು ಪ್ರಾರಂಭವಾಗಿತ್ತು.. ಅವಳಿಗೂ ನನ್ನ ಬಿಟ್ಟು ಯಾರೂ ಇಲ್ಲ, ನನಗೂ ಆ ಸಮಯಕ್ಕೆ ಅವಳನ್ನು ಬಿಟ್ಟು ಯಾರೂ ಹತ್ತಿರದವರು ಎನ್ನುವವರಿರಲಿಲ್ಲ! ?

ಕೆಲವು ತಿಂಗಳುಗಳು ಹೀಗೇ ನಡೆದಿತ್ತು, ಅವಳು ಅಲ್ಲಿಯೇ ಕೆಲಸ ಮುಂದುವರೆಸಿದ್ದಳು, ಹೊಸ ಬಾಡಿಗೆ ಮನೆಯಲ್ಲಿಯೇ ವಾಸವಿದ್ದಳು, ಹಣಕಾಸಿನ ತೊಂದರೆ ಅವಳಿಗೆ ಇದ್ದೇ ಇತ್ತು, ಏನನ್ನೂ ಹೇಳಿಕೊಳ್ಳದೇ ದಿನದೂಡಿದ್ದಳು ಪ್ರೇಮ.. ಇತ್ತೀಚೆಗೆ ಕೆಲವು ತಿಂಗಳುಗಳ ಹಿಂದೆ ನಾನು ಕೆಲಸದ ಮೇಲೆ ಬೆಂಗಳೂರಿಗೆ ಹೋಗಿದ್ದೆ 15 ದಿನಗಳ ಕಾಲ ಅಲ್ಲಿಯೇ ಹೋಟೆಲ್ ಒಂದರಲ್ಲಿ ಉಳಿದುಕೊಂಡಿದ್ದೆ, ಅವಳು ಹೋಟೆಲ್ ಯಾಕೆ? ಮನೆಗೆ ಬಾ ಎಂದು ಒತ್ತಾಯಿಸಿದ್ದಳು. ಅವಳೇ ಅದೊಂದಿನ ನನ್ನ ಭೇಟಿಮಾಡಲು ಹೋಟೆಲ್ ಗೆ ಬಂದಿದ್ದಳು, ಬಹಳ ದಿನಗಳ ನಂತರ ನಾವಿಬ್ಬರೂ ಒಟ್ಟಿಗೆ ಊಟ ಮಾಡಿದ್ದು, ರಾತ್ರಿಯ ಊಟಕ್ಕೆ ಬಹುದೊಡ್ಡ ಹೋಟೆಲ್ ಒಂದಕ್ಕೆ ಆಕೆಯನ್ನು ಕರೆದುಕೊಂಡು ಹೋಗಿದ್ದೆ ಅವಳು ಮುಜುಗರದಿಂದಲೇ ಊಟ ಮುಗಿಸಿದಳು, ಊಟದ ಸಮಯದಲ್ಲಿ ಪ್ರತಿಯೊಂದರ ಬೆಲೆಯನ್ನು ಕೇಳಿ ಕೇಳಿ ಅದೇ ಹಣದಲ್ಲಿ ಬೇರೆ ಏನಾದರು ಮಾಡಬಹುದಿತ್ತು ಎಂದು ಲೆಕ್ಕ ಹಾಕುತ್ತಲೇ ಇದ್ದಳು, ತೀರಾ ಬಡತನ ಕಂಡವಳು ಪ್ರತಿ ಪೈಸೆಗೂ ಅಳೆದು ತೂಗಿ ಮಾತನಾಡುವ ಗುಣ ಅವಳದು, ಅವಳನ್ನು ದೊಡ್ಡ ಜಾಗದಲ್ಲಿ ಕೂರಿಸಿ ಸಂತೋಷ ಪಡುವುದು ನನ್ನದು. ಊಟ ಮಾಡುವಾಗೆಲ್ಲಾ ಅವಳನ್ನೇ ಹತ್ತಿರದಿಂದ ನೋಡುತ್ತಿದ್ದೆ ಆಕೆ ಸಂಪೂರ್ಣ ಬದಲಾಗಿದ್ದಳು, ಭಾಷೆ, ಸೌಂದರ್ಯ ಎರಡರಲ್ಲೂ ಬದಲಾವಣೆ ಇತ್ತು, ಕಂಪನಿಯ ಕೆಲಸ ಅವಳನ್ನು ಸಾಕಷ್ಟು ಮಟ್ಟಕ್ಕೆ ಬದಲಾಯಿಸಿತ್ತು, ಮೊದಲಿಗಿಂತ ಸುಂದರಿ ಈಗವಳು..!

ಊಟ ಮುಗಿಸಿದಾಗ ರಾತ್ರಿ 9, ಅಲ್ಲಿಂದ ಅವಳನ್ನು ಮನೆಗೆ ಕಳುಹಿಸುವುದು ಅಸಾಧ್ಯ, ಜೊತೆಗೆ ನಾವಿನ್ನೂ ತುಂಬಾ ಮಾತನಾಡುವುದಿತ್ತು, ನಾನು ಉಳಿದುಕೊಂಡಿದ್ದ ಹೋಟೆಲ್ ಗೆ ಅವಳೂ ಬಂದಳು ಆ ರಾತ್ರಿ ನಾವಿಬ್ಬರೂ ಒಟ್ಟಿಗೆ ಇರಬೇಕಾಯ್ತು.
ಅವಳೇನೂ ಹೇಳಲಿಲ್ಲ ಸುಮ್ಮನೆ ಮಲಗೇ ಇದ್ದಳು, ನಾನು ಟಿವಿ ನೋಡುತ್ತಾ ಮಲಗಿದ್ದೆ ಏನಾದರೂ ಮಾತನಾಡು ಎಂದರೂ ಅವಳಿಂದ ಪ್ರತಿಕ್ರಿಯೆ ಬರಲಿಲ್ಲ, ಆಕೆ ಏನೋ ಯೋಚಿಸುತ್ತಿದ್ದಳು ಆಕೆಗೆ ನನ್ನ ಇತ್ತೀಚಿನ ಜೀವನದ ಬಗ್ಗೆ ಹೇಳಿಕೊಂಡೆ, ನನ್ನಜೀವನ ಪ್ರವೇಶಿಸಿದ ಇತ್ತೀಚಿನ ಮತ್ತೊಬ್ಬ ಹೆಣ್ಣಿನ ಬಗ್ಗೆ ಆಕೆಗೆ ತಿಳಿಸಿದೆ, ಖುಷಿ ಪಟ್ಟಳು, ಆದರೆ ಮಾತು ಕಡಿಮೆಯಾಗಿತ್ತು? ನನಗೇ ಗೊಂದಲದ ರಾತ್ರಿಯದು ಹೆಚ್ಚು ಮಾತಾನಾಡುತ್ತಿದವಳು ಒಮ್ಮೆಲೇ ಮೌನವಾಗಿದ್ದಳು, ನನಗೆ ಒಂದೇ ಹಾಸಿಗೆಯಲ್ಲಿ ನಿದ್ರೆ ಬರದೇ ಅಲ್ಲಿಂದ ಕೆಲಗಿಳಿದೆ, ಕೆಳಗೊಂದು ಬೆಡ್ ಹಾಕಿಸಿ ಮಲಗಿ ಅವಳತ್ತ ನೋಡಿದರೆ ಅದಾಗಲೇ ನಿದ್ದೆಯಲ್ಲಿದ್ದಳು, ಅವಳಿಗೆ ನಾನು ಕೆಳಗೆ ಮಲಗಿದ್ದು ತಿಳಿಯಲೇ ಇಲ್ಲ. ನಿದ್ರೆಯಲ್ಲಿಯೂ ಆಕೆಯ ಮುಖದ ಮೇಲಿನ ಮುಗ್ಧತೆ ನನ್ನನ್ನು ಈಗಲೂ ಕಾಡುತ್ತದೆ ಅದೇ ಕ್ಷಣವನ್ನು ನನ್ನ ಮೊಬೈಲ್ ನಲ್ಲಿ ಅಂದು ಸೆರೆಹಿಡಿದಿದ್ದೆ ಅದೂ ಕೂಡ ಅವಳಿಗೆ ತಿಳಿಯದೆ.

ಬೆಳಗ್ಗೆ ತಿಂಡಿಯ ಸಮಯಕ್ಕೆ ಇಬ್ಬರೂ ರೆಡಿಯಾಗಿ ಒಂದಷ್ಟು ಮಾತನಾಡಿದ್ದು ಇಬ್ಬರಿಗೂ ಸಮಾಧಾನ ತಂದಿತ್ತು, ತಂಗಿ, ಅಮ್ಮನ ಬಗ್ಗೆ, ಆಕೆಯ ಮದುವೆಯ ಬಗ್ಗೆ. ಅವಳಿಗೆ ಮದುವೆ ಆಗುವ ಇಷ್ಟವಿಲ್ಲ, ನನಗೆ ಆಕೆಯನ್ನು ಹೀಗೆಯೇ ಬಿಡಲು ಸಾಧ್ಯವಾಗುತ್ತಿಲ್ಲ, ಮದುವೆ ಮಾಡಿಕೋ ಎಂದೆ, ಅದೆಲ್ಲಾ ನನ್ನಂತವರಿಗಿಲ್ಲ ಎಂದಳು, ಅವಳದು ನೇರ ಮಾತು! ವಿರೋಧಿಸುವಂತಿಲ್ಲ!

ಆಕೆಯನ್ನು ಪ್ರೀತಿಯಿಂದ ಕಳಿಸಿಕೊಟ್ಟು, ನಾನು ನನ್ನ ಕೆಲಸದ ಕಡೆ ಗಮನ ಹರಿಸಿದ್ದೆ. ಅವಳಿಗೆ ನನ್ನ ಮೇಲೆ ಬೇರೆನೋ ಭಾವನೆ ಬಂದಿತ್ತು, ಐದೇ ನಿಮಿಷಕ್ಕೆ ಕರೆ ಮಾಡಿ " ಮದುವೆ ಮಾಡಿ ಕೈ ತೊಳೆದುಕೊಳ್ಳಬೇಕು ಅಂತ ಇದಿಯಾ ನೀನು, ನನ್ನ ಮದುವೆ ಮಾಡಿ ಕಳಿಸಿಬಿಟ್ರೆ ಸಾಕಾ? ನಿಂಗೆ ನನ್ನಿಂದ ಕಷ್ಟ ಆಗ್ತಿದೆ ಅಲ್ವಾ? ಅಯ್ಯೋ ಏನೇನೋ ಬಡಬಡಾಯಿಸಿ ಕಟ್ ಮಾಡಿದ್ದಳು. ನನಗೆ ನಗು ತಡೆಯಲು ಆಗಲೇ ಇಲ್ಲ ಆದಿನ ಪೂರ್ತಿ..!!!!

14

ಒಂದು ಸಾವು ಒಂದು ಆಘಾತ

ಕಳೆದ ವರ್ಷ ಅವಳನ್ನು ಭೇಟಿಯಾಗಿ ಬಂದ ನಂತರ ಕೆಲವು ತಿಂಗಳು ನಮ್ಮ ಭೇಟಿ ಸಾಧ್ಯವಾಗಲಿಲ್ಲ, ನಾನು ಮೈಸೂರಿನಲ್ಲಿ ಅವಳು ಅದೇ ಬೆಂಗಳೂರಿನಲ್ಲಿ, ಬದುಕಿನಲ್ಲಿ ಹೇಳಿಕೊಳ್ಳುವಂತಹ ಬದಲಾವಣೆ ಇರಲಿಲ್ಲವಾದರೂ ಆಗಾಗ್ಗೆ ಫೋನ್ ಸಂಭಾಷಣೆ ಇದ್ದೇ ಇತ್ತು, ನನ್ನನ್ನು ಅವಳು ಬಹಳಷ್ಟು ಹಚ್ಚಿಕೊಂಡಿದ್ದಳು ಅದು ಅವಳ ಮಾತುಗಳಿಂದ ನನಗೆ ಅರ್ಥವಾಗುತ್ತಿತ್ತು ಅವಳ ಮದುವೆಯ ವಿಚಾರದ ಬಗ್ಗೆ ಮಾತನಾಡಿದಾಗಲೆಲ್ಲಾ ಆಕೆ ಜಗಳ ಮಾಡುತ್ತಿದ್ದಳು ಅಷ್ಟರಲ್ಲಿ ನನ್ನದೇ ಮದುವೆಯ ಪ್ರಸ್ತಾಪ ನನ್ನ ಕುಟುಂಬದಿಂದ ಆರಂಭವಾಯ್ತು.

ನನ್ನ ಮದುವೆಯ ವಿಚಾರದಲ್ಲಿ ಪ್ರೇಮಳ ಪಾತ್ರವಾಗಲಿ, ಸಂಬಂಧವಾಗಲಿ ಏನೂ ಇರಲಿಲ್ಲ ಆದರೆ ಅವಳಿಗೊಂದು ಮದುವೆ ಮಾಡಿ ಶಾಶ್ವತ ಬದುಕು ಕಟ್ಟಿಕೊಟ್ಟು ನಂತರ ನಾನು ಮದುವೆಯಾಗುವುದು ಸೂಕ್ತವೆಂದು ನಿರ್ಧರಿಸಿದ್ದೆ, ನನ್ನ ಮದುವೆಯಾಗಿ ಬರುವವಳು ಇದನ್ನೆಲ್ಲಾ ಹೇಗೆ ತೆಗೆದುಕೊಳ್ಳುತ್ತಾಳೊ ನನಗೆ ತಿಳಿದಿಲ್ಲ ಅದಕ್ಕೂ ಮೊದಲು ಇವಳನ್ನು ದಡ ಸೇರಿಸುವ ಕೆಲಸ ನನ್ನಿಂದ ಆಗ ಬೇಕಿತ್ತು ಆದರೆ ನನ್ನ ಕುಟುಂಬ, ನನ್ನ ತಾಯಿ ಕಾಯುವ ಸ್ಥಿತಿಯಲ್ಲಿರಲಿಲ್ಲ ಅದಾಗಲೇ ಸಾಕಷ್ಟು ಹುಡುಗಿಯರ ಫೋಟೋ ಮತ್ತು ವಿವರಗಳನ್ನು ನನಗೆ ಕಳುಹಿಸಲು ಪ್ರಾರಂಭಿಸಿದ್ದರು ಈ ವರ್ಷದಲ್ಲಿ ಮದುವೆ ಮಾಡಬೇಕೆಂಬ ಆಸೆ ನನ್ನ ತಾಯಿಯದು..

ನನ್ನಮದುವೆಯೆ ಸಿದ್ಧತೆಯ ವಿಚಾರ ಪ್ರೇಮಳಿಗೆ ನಾನೆ ತಿಳಿಸಿದೆ ಆಕೆ ಸಂತೋಷದಿಂದ ಇದನ್ನು ಸ್ವೀಕರಿಸಬಹುದು ಎಂಬುದು ನನ್ನ ಆಲೋಚನೆಯಾಗಿತ್ತು ಆದರೆ ಅವಳ ಪ್ರತಿಕ್ರಿಯೆ ವಿಚಿತ್ರವಾಗಿತ್ತು ನೇರವಾಗಿ ಏನನ್ನೂ ಹೇಳಲಿಲ್ಲ ಆದರೆ ಅವಳ ಸೂಕ್ಷ್ಮತೆ ನನಗೆ ಅರ್ಥವಾಗಿತ್ತು.ಅವಳು ನನ್ನಿಂದ ದೂರವಾಗುವ ಪ್ರಯತ್ನ ಪ್ರಾರಂಭಿಸಿದಳು, ನಾನು ಏನೇನೋ ಕಾರಣಗಳನ್ನು ನೀಡಿ ನನ್ನ ಮದುವೆಯ ಸಂಬಂಧಗಳನ್ನು ತಿರಸ್ಕರಿಸಲು ಪ್ರಾರಂಭಿಸಿದೆ.

ವಿಚಿತ್ರ ಸನ್ನಿವೇಶಕ್ಕೆ ಜೀವನ ತೆರೆದುಕೊಂಡಿತ್ತು ನನಗೆ ಅತಿ ಹತ್ತಿರದ ಕೆಲವು ಸ್ನೇಹಿತರಿಂದ ಪ್ರೇಮಳನ್ನೇ ಮದುವೆ ಮಾಡಿಕೊಳ್ಳುವ ಬಗ್ಗೆ ಸಲಹೆಗಳು ಬಂದವು, ನನಗೆ ಯಾವುದು ಸರಿ ಯಾವುದು ತಪ್ಪು ಯಾವ ನಿರ್ಧಾರ ಮಾಡಬೇಕು ಎನೊಂದೂ ತಿಳಿಯಲಿಲ್ಲ, ದಿನಕ್ಕೆ ನೂರಾರು ಜನರಿಗೆ ಸಮಾಲೋಚನೆ ನಡೆಸಿ ಪರಿಹಾರ ಸೂಚಿಸುವ ನಾನು ನನ್ನದೇ ಜೀವನದ ಸಮಸ್ಯೆಯೊಂದನ್ನು ಹೇಗೆ ಪರಿಹರಿಸಿಕೊಳ್ಳಬೇಕು ಎಂದು ಯೋಚಿಸಲು ಪ್ರಾರಂಭಿಸಿದೆ!. ಅವಳಿಂದ ಬರುತ್ತಿದ್ದ ಕರೆಗಳು ಸಂಪೂರ್ಣವಾಗಿ ನಿಂತುಹೋದವು, ನಮ್ಮನಡುವೆ ಮಾತುಗಳೇ ಇಲ್ಲದಂತಾಯ್ತು ಆದರೆ ಕಾರಣ ಮಾತ್ರ ನನಗೆ ತಿಳಿಯಲಿಲ್ಲ.

ಒಂದೆರಡು ತಿಂಗಳು ಕಳೆದಿತ್ತು ಅಷ್ಟರಲ್ಲಿ ಆಘಾತಕಾರಿ ಘಟನೆಯೊಂದು ನಡೆದು ಹೋಗಿತ್ತು? ಪ್ರೇಮಳ ತಾಯಿ ಅನಾರೋಗ್ಯದಿಂದ ಸಾವಿಗೀಡಾಗಿದ್ದರು! ನಾನು ಮೈಸೂರಿನಿಂದ ನೇರವಾಗಿ ಹಾಸನಕ್ಕೆ ಹೊರಟೆ, ಪ್ರೇಮ ಅದಾಗಲೇ ನನಗೆ ವಿಷಯವನ್ನೂ ತಿಳಿಸದೆ ಬೆಂಗಳೂರಿನಿಂದ ಹೊರಟಿದ್ದಳು, ಪ್ರೇಮಳ ತಂಗಿಯಿಂದ ವಿಷಯ ತಿಳಿದ ನಾನು ತಕ್ಷಣಕ್ಕೆ ಹೊರಟಿದ್ದೆ ಆದರೆ ನಾನು ತಲುಪುವಷ್ಟರಲ್ಲಿ ಪ್ರೇಮ ಅಲ್ಲಿದ್ದಳು, ಅವಳು ನನ್ನನ್ನು ನೋಡಿದ ತಕ್ಷಣ ಓಡಿ ಬಂದು ತಬ್ಬಿಕೊಂಡಳು, ಉಸಿರು ಕಟ್ಟುವಂತೆ ಅಳುತ್ತಿದ್ದ ಆಕೆಯ ಕಣ್ಣೀರು ಕಂಡು ನಾನು ದಿಗ್ಭ್ರಾಂತನಾದೆ, ತಾಯಿಯ ಶವದ ಮುಂದೆ ಕುಳಿತು ಅಳುತ್ತಿದ್ದ ತಂಗಿ, ಆಕೆಯನ್ನು ಸಮಾಧಾನ ಪಡಿಸುತ್ತಿರುವ ಕೆಲವು ಸಂಬಂಧಿಕರು ಮತ್ತು ಸುತ್ತ ಮುತ್ತಲಿನಜನರು, ನಾನು ಮಾತನಾಡುವ ಸ್ಥಿತಿಯಲ್ಲಿರಲಿಲ್ಲ ಆದರೆ ನನ್ನಬಿಟ್ಟು ಮುಂದಿನ ಕಾರ್ಯಗಳ ಬಗ್ಗೆ ನಿರ್ಧಾರ ತೆಗೆದು ಕೊಳ್ಳುವವರು ಯಾರೂ ಇದ್ದಂತೆ ಕಾಣಲಿಲ್ಲ, ಪ್ರೇಮಳನ್ನು ಸಮಾಧಾನ ಪಡಿಸುವ ಪ್ರಯತ್ನಮಾಡಿದಷ್ಟೂ ಆಕೆಯ ದುಃಖ ಹೆಚ್ಚಾಗುತ್ತಿತ್ತು, ಆಕೆಯ ತಂಗಿಯೂ ಕೂಡ ಅದೇ ಸ್ಥಿತಿಯಲ್ಲಿದ್ದಳು.
ತಡ ಮಾಡದೆ ಊರಿನ ಕೆಲವು ಜನರ ಸಹಾಯ ತೆಗೆದುಕೊಂಡು ಅಂತ್ಯಕ್ರಿಯೆ ನೆಡೆಸುವ ಸಿದ್ಧತೆ ಮಾಡಿಕೊಳ್ಳಲು ತಿಳಿಸಿ ಅಗತ್ಯವಾದ ಏರ್ಪಾಡು ಮಾಡಲು ಹೊರಬಂದೆ, ಅವರದೇ ಜಮೀನಿನಲ್ಲಿ ಅಂತ್ಯಕ್ರಿಯೆಯ ಸಿದ್ಧತೆ ಮಾಡಲಾಯ್ತು, ಮನೆಯಿಂದ ಜಮೀನಿಗೆ ಶವವನ್ನು ಹೊತ್ತು ತರುವ ಚಟ್ಟಕ್ಕೆ ಹೆಗಲು ಕೊಟ್ಟಾಗ ವಿಚಿತ್ರ ವೇದನೆ ಅನುಭವಕ್ಕೆ ಬಂತು, ಇಬ್ಬರು ಹೆಣ್ಣು ಮಕ್ಕಳನ್ನು ನಿಮ್ಮೊಂದಿಗೆ ಬಿಟ್ಟು ಹೋಗುತ್ತಿದ್ದೇನೆ ಇನ್ನು ಮುಂದೆ ಅವರಿಬ್ಬರ ಜವಾಬ್ದಾರಿ ನಿಮ್ಮದೇ ಎನ್ನುತ್ತಾ ಆ ತಾಯಿ ಕೂಗಿದಂತೆ ಬಾಸವಾಯ್ತು, ಶವದ ಮೇಲೆ ಮಣ್ಣು ಹಾಕುವಾಗಲೂ ಅದೇ ಅನುಭವ, ಆ ದಿನ ರಾತ್ರಿ ಸುಮಾರು 10 ಗಂಟೆಗೆ ಎಲ್ಲವೂ ನೆರವೇರಿತು.

ಅಲ್ಲಿಂದ ಹಿಂತಿರುಗಿ ಮನೆಗೆ ಬಂದ ತಕ್ಷಣ ಬಂದವರೆಲ್ಲಾ ಹಿಂತಿರುಗಲು ಪ್ರಾರಂಭಿಸಿದರು, ಪ್ರೇಮ ಮತ್ತು ಅವಳ ತಂಗಿಯನ್ನು ಅಕ್ಕ ಪಕ್ಕದವರು ಸ್ನಾನಕ್ಕೆಂದು ಕರೆದೊಯ್ದರು, ಸಂಬಂಧಿಕರು ಊರಿನವರು ಯಾರೊಬ್ಬರು ಸಾವಿನಮನೆಯಲ್ಲಿ ಉಳಿಯಲಿಲ್ಲ ಬಂದವರೆಲ್ಲಾ ಉರಿಯುತ್ತಿದ್ದ ದೀಪವನ್ನು ನೋಡಿ ಹಿಂತಿರುಗಿದರು, ಆ ಮನೆಯಲ್ಲಿ ಆ ಕ್ಷಣಕ್ಕೆ ನಾನು ಮತ್ತು ಉರಿಯುತ್ತಿದ್ದ ದೀಪ. ಸಾವಿನ ಮನೆಯಲ್ಲಿ ಉಳಿಯಬಾರದು ಎಂದರು ನನಗೆ ಸಾವು ಬದುಕು ಎಲ್ಲವೂ ಒಂದೇ ನಾನು ಎಲ್ಲಿರಬೇಕು ಎಂಬುದನ್ನು ನಾನೊಬ್ಬನೇ ನಿರ್ಧರಿಸಲು

ಸಾಧ್ಯ, ಆ ರಾತ್ರಿ ನಾನು ಅಲ್ಲಿಯೇ ಉಳಿದೆ! ಪ್ರೇಮ ಮತ್ತವಳ ತಂಗಿ ಅಕ್ಕಪಕ್ಕದ ಮನೆಯಲ್ಲಿ ಮಲಗಿದ್ದರು.

ಮರುದಿನ ಬೆಳಗ್ಗೆ ನಾನು ಹೊರಡಬೇಕಿತ್ತು ಆದರೆ ಅವರಿಬ್ಬರನ್ನೇ ಬಿಟ್ಟು ಬರಲು ಮನಸ್ಸಾಗಲಿಲ್ಲ ಇನ್ನೆರಡು ದಿನ ಅವರೊಂದಿಗೆ ಉಳಿದೆ, ಪ್ರೇಮಳ ಬಳಿ ಮುಂದೇನು ಮಾಡುವುದು ಎನ್ನುವ ಬಗ್ಗೆ ಮಾತನಾಡಬೇಕಿತ್ತು ಆದರೆ ಅವಳಿಗೆ ಇನ್ನೂ ಸ್ವಲ್ಪ ಸಮಯದ ಅವಶ್ಯಕತೆಯಿತ್ತು, ಮೂರು ದಿನಕಳೆದರು ನಾವು ಏನನ್ನೂ ಮಾತನಾಡಲು ಸಾಧ್ಯವಾಗಲಿಲ್ಲ ನಾನು ಹೊರಡಲೇ ಬೇಕಾದ ಅನಿವಾರ್ಯತೆ ಇತ್ತು???

15
ಪುನರಾರಂಭ

ಸಾವಿನ ಮನೆಯ ಸೂತಕ ತೊಳೆಯುವ ಮೊದಲೇ ನಾನು ನನ್ನ ಕರ್ತವ್ಯಕ್ಕೆ ಮರಳಬೇಕಾದ ಅನಿವಾರ್ಯತೆ ಬಂತು, ಪ್ರೇಮಳನ್ನು ಕರೆದು ಹೊರಡುವ ನಿರ್ಧಾರ ತಿಳಿಸಿದೆ, ಆಕೆ ಮಾತನಾಡಲಿಲ್ಲ ಕಣ್ಣಂಚಲ್ಲಿನ ನೀರು ಹೋಗಬೇಡ ಇಲ್ಲಿಯೇ ಇರು ಎಂದವು ಆದರೆ ಅವಳು ಮೌನದಲ್ಲೇ ಎಲ್ಲವನ್ನೂ ಮರೆಮಾಚಲು ಪ್ರಯತ್ನಿಸಿದಳು. ಹೊರಟೆ.. ಅಲ್ಲಿಂದ ದೂರವಾಗಿ ಬಂದೆ.

ಒಂದೆರಡು ದಿನದಲ್ಲಿ ಅವಳಿಂದ ಕರೆ ಬಂತು, "ನಾನು ಕೆಲಸ ಬಿಟ್ಟು ಊರಿನಲ್ಲಿಯೇ ತಂಗಿಯೊಂದಿಗೆ ಉಳಿಯುತ್ತೇನೆ ಎಂದಳು" ನನಗೆ ಬೇಡವೆನಿಸಿತು. ಅವಳನ್ನೂ ಬೆಂಗಳೂರಿಗೆ ಕರೆದುಕೊಂಡು ಬಾ, ಇಲ್ಲಿಯೇ ಕಾಲೇಜು ಮುಂದುವರೆಸಲಿ, ನೀನು ಕೆಲಸ ಮಾಡಿಕೊಂಡು ತಂಗಿಯೊಂದಿಗೆ ಒಟ್ಟಿಗೆ ಇರಬಹುದು ಎಂದೆ, ಆಕೆ ಯೋಚಿಸಿ ಹೇಳುತ್ತೇನೆ ಎಂದಳು.
ಒಂದು ತಿಂಗಳು ಇದೇ ಚರ್ಚೆ ನಮ್ಮಿಬ್ಬರದು, ಯಾವ ನಿರ್ಧಾರಕ್ಕೂ ಬರಲು ಸಾಧ್ಯವಾಗಲಿಲ್ಲ. ಕೊನೆಗೆ ನಾನೇ ಆಕೆಯ ಮಾತಿಗೆ ಒಪ್ಪಿಕೊಂಡೆ ಬೆಂಗಳೂರಿನ ಮನೆಯನ್ನು ಖಾಲಿ ಮಾಡಲು ನಿರ್ಧಾರಮಾಡಿಯಾಯ್ತು.

ಪ್ರೇಮ ತಂಗಿಯೊಡನೆ ಬೆಂಗಳೂರಿಗೆ ಬಂದ ದಿನವೇ ನಾನೂ ಕೂಡ ಮೈಸೂರಿನಿಂದ ಬೆಂಗಳೂರಿಗೆ ಬಂದಿಳಿದೆ, ಆಕೆಯ ಮನೆಯಲ್ಲಿ ಅಷ್ಟೇನೂ ವಸ್ತುಗಳಿರಲಿಲ್ಲ ಆದರೂ ಒಂದು ಚಿಕ್ಕ ಸರಕು ವಾಹನದ ಅವಶ್ಯಕತೆ ಇತ್ತು, ಆ ದಿನ ಅಲ್ಲಿಯೇ ಊಟ ಮುಗಿಸಿ ಮನೆಯ ಮಾಲೀಕರೊಂದಿಗೆ ಹಣದ ಲೆಕ್ಕಾಚಾರ

ಮುಗಿಸಿ, ಆಕೆ ಕೆಲಸ ಮಾಡುತ್ತಿದ್ದ ಕಂಪನಿಗೂ ವಿಷಯ ಮುಟ್ಟಿಸಿ ಅಲ್ಲಿಂದ ಬರಬೇಕಾದ್ದ ಸಂಬಳ ಪಡೆದು, ಸರಕು ವಾಹನಕ್ಕೆ ಮನೆಯ ಎಲ್ಲಾ ವಸ್ತುಗಳನ್ನು ಹುಡುಗರಿಬ್ಬರ ಸಹಾಯದಿಂದ ತುಂಬಿಸಿ ಹೊರಡಲು ಸಿದ್ಧವಾದೆವು. ನಾನು ಅವರಿಬ್ಬರನ್ನೇ ಕಳುಹಿಸಲು ಸಾಧ್ಯವಾಗದೆ ಅವರೊಂದಿಗೆ ನಾನೂ ಕೂಡ ಅವರ ಊರಿಗೆ ಹೊರಟೆ.. ಆ ರಾತ್ರಿಯ ಪ್ರಯಾಣ ಅತಿ ಹೆಚ್ಚು ಕಷ್ಟಗಳಿಂದ ಕೂಡಿತ್ತು, ಅಕ್ಕ ತಂಗಿ ಇಬ್ಬರಿಗೂ ನಾನು ಅವರೊಂದಿಗೆ ಬರುವ ವಿಷಯ ತಿಳಿದಿರಲಿಲ್ಲ, ಹೆಚ್ಚು ಮಾತನಾಡಲು ಸಾಧ್ಯವಾಗದ ಅಪರಿಚಿತ ಪ್ರಯಾಣದ ರಾತ್ರಿ.

ಬೆಳಗಿನ ಜಾವ ಇನ್ನೂ ಬೆಳಕಾಗಿರಲಿಲ್ಲ ಅಷ್ಟರಲ್ಲೇ ನಾವು ಅವರ ಹಳ್ಳಿಯ ಮನೆಯನ್ನು ತಲುಪಿದ್ದೆವು, ಊರಿನ ಕೆಲವೊಬ್ಬರು ಅದಾಗಲೇ ನಮ್ಮ ವಾಹನದ ಶಬ್ಧಕ್ಕೆ ಹೊರಬಂದಿದ್ದರು.

ಎಲ್ಲವೂ ಶಾಂತವಾಯ್ತು, ವಾಹನ ಹಿಂತಿರುಗಿ ಹೋಗಿತ್ತು. ಪ್ರೇಮಾಳ ತಂಗಿ ಅದಾಗಲೇ ಕಾಫಿ ತಂದು ನಿಂತಿದ್ದಳು, ಬಿಸಿ ಬಿಸಿಕಾಫಿ ಕುಡಿದು ಒಂದೆರಡು ಸುತ್ತುಹಳ್ಳಿ ಸುತ್ತಿ ಬಂದೆ.

ತಿಂಡಿಯ ಸಮಯಕ್ಕೆ ಪ್ರೇಮಳೊಂದಿಗೆ ಮಾತುಕತೆ ಪ್ರಾರಂಭವಾಯ್ತು, "ಅವಳು ತಾಯಿ ಬಿಟ್ಟು ಹೋಗಿರುವ ಈ ಮನೆ ಮತ್ತು ಜಮೀನಿನಲ್ಲಿ ಏನಾದರೂ ಮಾಡಿ ತಂಗಿಯನ್ನು ಓದಿಸಬೇಕು, ಮದುವೆಯ ಆಸಕ್ತಿ ಆಕೆಗಿಲ್ಲ, ಆಕೆಯ ತಂಗಿಗೆ ಓದಲು ಮನಸ್ಸಿಲ್ಲ ಕೆಲಸ ಮಾಡಿ ಅಕ್ಕನಿಗೆ ಸಹಾಯಮಾಡಬೇಕು" ನನ್ನ ಮಾತು ಕೇಳುವ ತಾಳ್ಮೆ ಇಬ್ಬರಿಗೂ ಇರಲಿಲ್ಲ. ಸರಿ ಅವರಿಷ್ಟದಂತೆ ಪ್ರೇಮಾ ಜಮೀನು ಕೆಲಸಕ್ಕೆ, ಆಕೆಯ ತಂಗಿ ಮುಂದಿನ ವಿದ್ಯಾಭ್ಯಾಸಕ್ಕೆಂದು ನಿರ್ಧಾರವಾಯ್ತು, ಇರುವ ಸಣ್ಣ ಜಮೀನಿನಲ್ಲಿ ಮಾಡುವುದೇನು?! ಮುಂದೆ ನೋಡೋಣ ಎಂದು ಸುಮ್ಮನೆ ಹೊರಬಂದೆ, ಆಕೆಯ ತಾಯಿಯ ಫೋಟೋ ಕಡೆ ಮುಖಮಾಡಿ ನಿಂತು ಅದೇ ಕ್ಷಣವೇ ಅಲ್ಲಿಂದ ಹೊರಟು ಬಂದೆ.

ಒಂದೆರಡು ತಿಂಗಳು ಉರುಳಿತ್ತು, ಆಕೆ ಜಮೀನಿನಲ್ಲಿ ಏನನ್ನೂ ಬೆಳೆಯಲು ಸಾಧ್ಯವಾಗದೆ ದಿನನಿತ್ಯದ ಖರ್ಚಿಗೂ ಸಮಸ್ಯೆಯಾದ ದಿನಗಳವು, ಆಕೆಯಿಂದ ಯಾವುದೇ ಮಾಹಿತಿ ಬರಲಿಲ್ಲ ನನ್ನ ಆಕಸ್ಮಿಕ ಭೇಟಿಯಿಂದ ಇದೆಲ್ಲಾ ನನ್ನ ಗಮನಕ್ಕೆ ಬಂದಿತ್ತು. ಸರಿ ಮುಂದೇನು ಹಳ್ಳಿಯನ್ನು ಬಿಟ್ಟು ಮತ್ತದೇ ಬೆಂಗಳೂರಿಗೆ ಹೋಗಿ ಬದುಕು ಕಟ್ಟಿಕೊಳ್ಳಬೇಕು!?

ಅವಳು ಆತಂಕದಿಂದ ಮುಂದೇನು ಎಂದಳು?!

ಅವಳ ಪ್ರಶ್ನೆಗೆ ಆ ಕ್ಷಣಕ್ಕೆ ನನ್ನಿಂದ ಉತ್ತರ ಹುಡುಕುವುದು ಕಷ್ಟವೆನಿಸಿತು, ಆ ರಾತ್ರಿ ಅಲ್ಲಿಯೇ ಕಳೆದೆ, ಮರುದಿನ ಸಂಜೆ ಊರಿನ ಕೆಲವು ಜನರ ಸಹಾಯದಿಂದ ಅತಿಥಿಯೊಬ್ಬಳನ್ನು ಮನೆಗೆ ಕರೆತಂದೆವು!? ಲಕ್ಷ್ಮಿ !!

ಲಕ್ಷ್ಮಿ 4 ವಯಸ್ಸಿನ ಮುದ್ದಾದ ಹಸು! ಚಿಕ್ಕಮಗಳೂರಿನ ಸಮೀಪದ ಹಳ್ಳಿಯೊಂದರಲ್ಲಿ ಅದೇ ದಿನ ಬೆಳಗ್ಗೆ ರೈತರೊಬ್ಬರಿಂದ ಖರೀದಿಸಿದ್ದು. ಲಕ್ಷ್ಮಿಯನ್ನು ಖರೀದಿಸಲು ಹೋದಾಗ ಆಕೆ ಒಬ್ಬಳೇ ಇದ್ದಳು, ಆಕೆಯ ಕರು ಕಾಣಲಿಲ್ಲ, ಲಕ್ಷ್ಮಿಯ ಮಾಲೀಕರನ್ನು ವಿಚಾರಿಸಲಾಗಿ ಹುಟ್ಟಿದ್ದ ಗಂಡು ಕರುವನ್ನು ಇದಾಗಲೇ ಮಾರಿ 2 ತಿಂಗಳುಗಳು ಕಳೆದು ಹೋಗಿದ್ದ ವಿಷಯ ತಿಳಿಯಿತು! ಲಕ್ಷ್ಮಿಯನ್ನು ಅಲ್ಲಿಂದ ಗಾಡಿಯೊಂದರಲ್ಲಿ ತಂದು ಮನೆ ಮುಂದೆ ನಿಲ್ಲಿಸಿದಾಗ ಪ್ರೇಮಳಿಗೆ ಒಂದು ಕ್ಷಣ ಗಾಬರಿಯಾಗಿತ್ತು, ಅವಳ ತಂಗಿಯೂ ಏನೂ ಪ್ರತಿಕ್ರಿಯೆಯಿಲ್ಲದೆ ಸ್ತಬ್ಧವಾಗಿದ್ದಳು.. ಜೊತೆಯಲ್ಲಿದ್ದ ಅದೇ ಹಳ್ಳಿಯ ಕೆಲವರು ಲಕ್ಷ್ಮಿ ಉಳಿಯಲು ವ್ಯವಸ್ಥೆ ಮಾಡಬೇಕೆಂದು ಮಾತನಾಡುತ್ತಿದ್ದರು, ನಾಳೆ ಬೆಳಗ್ಗೆಯೇ ಕೊಟ್ಟಿಗೆ ನಿರ್ಮಾಣ ಕಾರ್ಯಕ್ಕೆ ಮುಹೂರ್ತವಿಟ್ಟು, ಲಕ್ಷ್ಮಿಗೆ ಆ ರಾತ್ರಿಗೆ ಸಾಕಾಗುವಷ್ಟು ಮೇವನ್ನು ಶೇಖರಿಸಿ ಅವರೆಲ್ಲ ಹೊರಟರು. ಆ ರಾತ್ರಿ ಮನೆಯ ಮುಂದೆಯೇ ಲಕ್ಷ್ಮಿ ಮತ್ತು ನಾವು ಮೂವರು(ನಾನು, ಪ್ರೇಮ, ಅವಳ ತಂಗಿ) ಮಲಗಲು ವ್ಯವಸ್ಥೆಯಾಯ್ತು, ತಂಪಾದ ಗಾಳಿಯೊಂದಿಗೆ ಬೆಳದಿಂಗಳ ಊಟ ಮುಗಿಸಿ ಬೇಗ ಮಲಗಿಬಿಡಬೇಕು

ಎಂದು ನಾನು ಮಾಡುತ್ತಿದ್ದ ನಾಟಕವನ್ನು ಪ್ರೇಮ ಅದಾಗಲೇ ಗುರುತಿಸಿದ್ದಳು, ನನ್ನ ಪ್ರಶ್ನಿಸಲೇ ಬೇಕೆಂದು ಅವಳಾಗಲೇ ನಿರ್ಧರಿಸಿಯಾಗಿತ್ತು.. !

ನಾನು ನಿದ್ದೆ ಬಂದವನಂತೆ ನಟಿಸುತ್ತಾ ಆ ಕಡೆ ತಿರುಗಿ ಮಲಗಿದ್ದೆ, ಅವಳು ತಂಗಿ ಮಲಗುವುದನ್ನೇ ಕಾಯುತ್ತಿದ್ದಳು, ನಾನು ಹೊದ್ದು ಮಲಗಿದ್ದ ಹೊದಿಕೆ ನಿಧಾನವಾಗಿ ಸರಿದು ಬಿತ್ತು? ಪ್ರೇಮ ಎದುರಿಗೆ ನಿಂತು ನಾನು ಹೆದರುವಂತೆ ನೋಟಬೀರಿದಳು, ಅವಳ ಪ್ರಶ್ನೆಗಳ ಸುರಿಮಳೆಗೆ ನನ್ನಿಂದ ಉತ್ತರಿಸಲು ಸಾಧ್ಯವಾಗಲೇ ಇಲ್ಲ. ಹಿಂದಿನ ದಿನ ರಾತ್ರಿ ಆಕೆ ಕೇಳಿದ್ದ ಪ್ರಶ್ನೆಯನ್ನು ಮತ್ತೆ ಅವಳಿಗೆ ನೆನಪಿಸಿದೆ "ನೆನ್ನೆ ರಾತ್ರಿ ಮುಂದೇನು ಎಂದು ಪ್ರಶ್ನಿಸಿದ್ದೆ, ನನ್ನಿಂದ ಉತ್ತರಿಸಲು ಸಾಧ್ಯವಾಗಿರಲಿಲ್ಲ, ಇದೀಗ ಉತ್ತರ ನೀಡುತ್ತಿದ್ದೇನೆ, ಮುಂದೆ ಲಕ್ಷ್ಮಿ!!! ಅವಳ ಗೊಂದಲಕ್ಕೆ ನಾನು ಉತ್ತರಿಸುವ ಸಾಹಸ ಮಾಡಲಿಲ್ಲ, ಅಷ್ಟೇ ನಿದ್ರೆಯ ಮಂಪರು ಜೋರಾಯ್ತು:

ಕೊಟ್ಟಿಗೆ ನಿರ್ಮಾಣ ಕಾರ್ಯಕ್ಕೆ ಇಬ್ಬರು ಹುಡುಗರು ಬಂದಾಗಿತ್ತು ನನಗೆ ಅದರಲ್ಲಿ ಅನುಭವವಿಲ್ಲದ ಕಾರಣಕ್ಕೆ ಕಾಫಿಯನ್ನು ಹೀರುತ್ತಾ ಅವರು ಮಾಡುವ ಕೆಲಸವನ್ನು ನೋಡುತ್ತಾ ಕುಳಿತುಕೊಂಡೆ. ಲಕ್ಷ್ಮಿಯ ಮನೆ ಸಿದ್ಧವಾಗಿತ್ತು!! ಅವಳನ್ನು ಮನೆ ತುಂಬಿಸಿಕೊಂಡ ಸಂತೋಷ ಪ್ರೇಮಳ ಮುಖದಲ್ಲಿ ಎದ್ದು ಕಾಣುತ್ತಿತ್ತು.. ಅವಳ ತಂಗಿಯೂ ಕೂಡ ಅದರಿಂದ ಹೊರತಾಗಿರಲಿಲ್ಲ.. ಪ್ರತಿದಿನ ಬೆಳಗ್ಗೆ ಮತ್ತು ಸಂಜೆಗೆ 7-8 ಲೀಟರ್ ಹಾಲು ನೀಡುವ ಸಾಮರ್ಥ್ಯ ಲಕ್ಷ್ಮಿಯದು. ಅವಳು ನೀಡುವ ಅಮೃತದಂತೆ ಪ್ರೇಮಳ ಬದುಕಿನಲ್ಲಿ ಅಮೃತಘಳಿಗೆ ಪ್ರಾರಂಭವಾಗಲಿ ಎಂದು ಮನಸಾರೆ ಹಾರೈಸಿ, ಅಲ್ಲಿಂದ ಹೊರಡುವ ಸಮಯಕ್ಕೆ ಕಾಯುತ್ತಿದ್ದೆ. ಇದಾಗಲೇ ಮೂರುದಿನ ಕಳೆದು ಹೋಗಿತ್ತು ನಾನಿಲ್ಲಿಗೆ ಬಂದು, ಮೊಬೈಲ್ ನೆಟ್ವರ್ಕ್ ಸರಿಯಾಗ ಸಿಗದ ಕಾರಣ ಈ ಮೂರು ದಿನದಲ್ಲಿ ಕೆಲವು ಮುಖ್ಯವಾದ ಕರೆಗಳು ತಪ್ಪಿಹೋಗಿದ್ದವು. ಹೊರಡುವ ಮುನ್ನ ಪ್ರೇಮ ಹೇಳಿದ ಆ ಒಂದು ಮಾತು ಬಹುದಿನಗಳ ಕಾಲ ನನ್ನನ್ನು ಕಾಡಿತ್ತು. ಅದು "ನೀನು ಬರುವುದೂ ಹೋಗುವುದು ಯಾವುದೂ ತಿಳಿಯುತ್ತಿಲ್ಲ ನನಗೆ, ಸಾಧ್ಯವಾದರೆ ಶಾಶ್ವತವಾಗಿ ನಮ್ಮೊಂದಿಗೆ ಉಳಿದುಬಿಡು"!!?? ಈ ಮಾತನ್ನು ಅವಳು ಯಾವ ದೃಷ್ಟಿಯಿಂದ ಹೇಳಿದಳು, ಅವಳ ಮನಸ್ಸಿನ ಮಾತಿನ ಅರ್ಥವೇನು ಎಂಬ ಗೊಂದಲದಲ್ಲಿಯೇ ಅಲ್ಲಿಂದ ಹೊರಟುಬಂದೆ.. ಒಂದೆರಡು ದಿನಗಳು ಅದೇ ಯೋಚನೆ ನನ್ನಲ್ಲಿ ಗಾಢವಾಗಿತ್ತು...

16
ರಾಮೇಶ್ವರ ಪ್ರಯಾಣ

ಹಿಂದಿನ ಸಂಚಿಕೆ ಕೊನೆಯಾದಾಗ ನಾನು ಪ್ರೇಮಾಳ ಮನೆಯಿಂದ ಹೊರಟು ಬಂದಿದ್ದೆ, ಅದೇ ಸಮಯಕ್ಕೆ ಆಕೆ ಹೇಳಿದ ಮಾತು "ಶಾಶ್ವತವಾಗಿ ನಮ್ಮೊಂದಿಗೆ ಉಳಿದುಬಿಡು" ಅದರ ಉದ್ದೇಶ ನನಗೆ ಆ ಸಮಯಕ್ಕೆ ಅರ್ಥವಾಗಿರಲಿಲ್ಲ. ಕೆಲವು ದಿನಗಳಲ್ಲಿ ನಾನದನ್ನು ಅರ್ಥೈಸಿಕೊಂಡೆ!? ನನ್ನ ಮದುವೆಯ ವಿಚಾರಕ್ಕೆ ನನ್ನ ಕುಟುಂಬದಿಂದ ಒತ್ತಡ ಬರುತ್ತಲೇ ಇತ್ತು, ಒಪ್ಪಿದೆ!

ಹೆಣ್ಣು ಹುಡುಕುವ ಪ್ರಯತ್ನವೂ ಆರಂಭವಾಯ್ತು ಒಂದೆರಡು ಮನೆ ಭೇಟಿಯೂ ಮಾಡಿಬಂದೆ, ಯಾವುದೂ ಸರಿ ಬರಲಿಲ್ಲ.
ಒಂದಿಬ್ಬರು ಸ್ನೇಹಿತರು ಪ್ರೇಮಳನ್ನೇ ಮದುವೆಯಾಗು ಎಂದು ಆಗಾಗ್ಗೆ ಹೇಳುತ್ತಲೇ ಇದ್ದರು, ಪ್ರೇಮಾಳ ಕೊನೆಯ ಮಾತಿನ ಉದ್ದೇಶವೂ ಅದೇ ಎಂದು ನನಗೂ ಅನ್ನಿಸಿತು. ಮನಸ್ಸು ಒಪ್ಪಿತು ನೇರವಾಗಿ ಮಾತನಾಡುವುದೊಂದೇ ಬಾಕಿ ಆದರೆ ಹೇಗೆ, ವಿಷಯ ಪ್ರಸ್ತಾಪ ಅಷ್ಟು ಸುಲಭದ್ದಾಗಿರಲಿಲ್ಲ, ಸ್ನೇಹಿತರೊಡನೆ ಹಲವು ರೀತಿಯ ಚರ್ಚೆ ನಡೆಸಿದೆ ಕೆಲವರು ಸರಿಯಾದ ನಿರ್ಧಾರ ಎಂದರೆ ಕೆಲವರು ಮುಂದಿನ ಜೀವನದ ಬಗ್ಗೆ ಯೋಚಿಸಿ ನಿರ್ಧರಿಸು ಎಂದರು, ಸಮಾಜ ಮತ್ತು ಕುಟುಂಬ ಆಕೆಯನ್ನು ಸುಲಭವಾಗಿ ಒಪ್ಪಿ ಸ್ವೀಕರಿಸಲು ಸಾಧ್ಯವಿಲ್ಲ ಎಂಬ ಅರಿವು ನನಗೂ ಇತ್ತು, ಮದುವೆಯ ನಂತರದ ಜೀವನ ಸುಲಭವಲ್ಲ, ಆಕೆಯ ಹಿಂದಿನ ಜೀವನದ ನೆನಪು ನಿಮ್ಮಿಬ್ಬರ ಮುಂದಿನ ಜೀವನಕ್ಕೆ ತೊಂದರೆಯಾಗ ಬಹುದು ಎಂಬ ಸಲಹೆಗಳು ಸರಿ ಅನಿಸಿತು. ಒಂದು ಕಡೆ ಕುಟುಂಬದ ಒತ್ತಡ ಮತ್ತೊಂದೆಡೆ ಸ್ನೇಹಿತರ ಹಲವಾರು ರೀತಿಯ ವಿಶ್ಲೇಷಣೆ, ಗೊಂದಲದ ಹಲವು

ದಿನಗಳ ನಡುವೆ ಸುದೀರ್ಘ ವಿರಾಮ ಪಡೆಯಲು ನಿರ್ಧರಿಸಿದೆ, ಎಲ್ಲರಿಂದ, ಎಲ್ಲದರಿಂದಲೂ ದೂರ!?

ಕೆಲವು ತಿಂಗಳುಗಳು ಎಲ್ಲರಿಂದಲೂ ದೂರ ಉಳಿಯುವ ನಿರ್ಧಾರ ಮಾಡಿ ರಜೆಯನ್ನು ಪಡೆದು ಹೊರಟೆ? ಖಾಲಿ ಕೈ, ಸಂಪರ್ಕ ರಹಿತ ಜೀವನಕ್ಕಾಗಿ ಮೊಬೈಲ್ ಮರೆತೆ, ಹಾಕಿದ್ದ ಬಟ್ಟೆಯಲ್ಲಿಯೇ ಪ್ರಯಾಣ ಆರಂಭಿಸಿದೆ, ಒಂದೆರಡು ವಾರ ಹಲವಾರು ಸ್ಥಳಗಳಿಗೆ ಭೇಟಿ ನೀಡಿದೆ, ನೂರಾರು ಕಿಲೋಮೀಟರ್ ಪ್ರಯಾಣ ಮಾಡಿದೆ ಕೊನೆಗೆ ಪ್ರಸಿದ್ಧ ರಾಮೇಶ್ವರಂ ದೇವಾಲಯಕ್ಕೆ ಬಂದು ಕೆಲವು ವಾರಗಳು ಅಲ್ಲಿಯೇ ಉಳಿದುಕೊಂಡೆ, ಗುರುತು ಹಿಡಿಯುವವರು ಯಾರೂ ಇಲ್ಲದೆ ಬಾಹ್ಯ ಸೌಂದರ್ಯದ ಬಗ್ಗೆ ಚಿಂತಿಸ ಬೇಕಿರಲಿಲ್ಲ, ಒಂದಷ್ಟು ಹೊಸ ಜನರ ಪರಿಚಯ ಜೊತೆಗೆ ಹೊಸ ಬದುಕಿನ ನಿರೀಕ್ಷೆ..ನಾನು ಕಳೆದ ಉತ್ತಮವಾದ ದಿನಗಳು ರಾಮೇಶ್ವರದಲ್ಲಿ ಮಾತ್ರವೇ, ಬದಲಾದ ಜೀವನ ಶೈಲಿ, ಹೊಸ ವಿಚಾರಗಳು, ಸಾಧು ಸಂತರ ಒಡನಾಟ ಹೀಗೆ ಸಾಕಷ್ಟು ಬದಲಾವಣೆಗಳೊಂದಿಗೆ ಕೆಲವು ತಿಂಗಳು ನಂತರ ಮರಳಿ ಬಂದೆ.

ಮೊದಲಿದ್ದ ಗೊಂದಲ ಈಗಿರಲಿಲ್ಲ, ನೇರವಾಗಿ ಮದುವೆಯ ಪ್ರಸ್ತಾಪ ಪ್ರೇಮಳ ಮುಂದೆಯೇ ಮಾಡುವ ನಿರ್ಧಾರ ಮಾಡಿ ಅವಳೂರಿಗೆ ಹೊರಟೆ, ತಲುಪಿದ ತಕ್ಷಣ

ಅವಳಿಗೆ ಗಾಬರಿ, ಆಶ್ಚರ್ಯ, ನಾನು ಮೊದಲಿನಂತಿರಲಿಲ್ಲ, ನನ್ನ ಬದಲಾವಣೆಗೆ ಕಾರಣವೂ ಅವಳಿಗೆ ತಿಳಿದಿರಲಿಲ್ಲ, ಆ ದಿನ ಉಳಿದೆ ರಾತ್ರಿ ಮಲಗುವ ಸಮಯಕ್ಕೆ ಮಾತನಾಡುವ ನಿರ್ಧಾರ ನನ್ನದಾಗಿತ್ತು.

ರಾತ್ರಿ ಅವಳ ತಂಗಿ ಮಲಗಿದ ನಂತರ ನಾನೆ ಮಾತು ಪ್ರಾರಂಭಿಸಿದೆ "ಮದುವೆಯ ವಿಚಾರ ಏನಾಯ್ತು? ನಿನ್ನ ತಂಗಿಯೂ ಡಿಗ್ರಿ ಕೊನೆಯ ವರ್ಷದಲ್ಲಿದ್ದಾಳೆ, ಇನ್ನೇನು ಅವಳಿಗೆ ಒಂದು ಕಡೆ ಕೆಲಸ ಸಿಗುತ್ತದೆ, ನೀನು ಮದುವೆ ಮಾಡಿಕೊಳ್ಳುವ ಸಮಯ ಬಂದಿದೆ" ಎಂದೆ. ಅವಳಿಂದ ಉತ್ತರವಿಲ್ಲ. ಅವಳಿಗೂ ನನ್ನ ಬಗ್ಗೆ ಪ್ರೀತಿಯ ಭಾವನೆ ಇದೆ ಎಂಬ ನನ್ನ ನಂಬಿಕೆ ನಿಜವಾಗಿದ್ದರಿಂದಲೇ ಅವಳೇನು ಪ್ರತಿಕ್ರಿಯಿಸಲಿಲ್ಲ ಅಂದುಕೊಂಡೆ, ನಾನು ತಡಮಾಡದೆ ನನ್ನ ಮದುವೆಯ ಬಗ್ಗೆ ನನ್ನ ಕುಟುಂಬದ ಒತ್ತಡದ ಬಗ್ಗೆ ವಿವರಿಸಿ, ನನ್ನೊಂದಿಗೆ ಮದುವೆಯಾಗುತ್ತೀಯ ಎಂದು ನೇರವಾಗಿ ಕೇಳಿಬಿಟ್ಟೆ???!

ನಾನು ಆ ರೀತಿ ಕೇಳಬಹುದೆಂಬ ಸಣ್ಣ ಸುಳಿವೂ ಇಲ್ಲದ ಅವಳು ತಕ್ಷಣವೇ ಎದ್ದು ಕುಳಿತಳು, ನಾನು ಕುಳಿತುಕೊಂಡೆ, ಕತ್ತಲ ಮನೆ ಮುಖದ ಭಾವನೆಗಳು ಸರಿಯಾಗಿ ತಿಳಿಯಲಿಲ್ಲ.. ಅವಳಿಗೆ ಈ ಮದುವೆ ಇಷ್ಟವಿರಲಿಲ್ಲ! ನೇರವಾದ ಮಾತುಗಳು ನನ್ನನ್ನು ಸಾಕಷ್ಟು ಘಾಸಿಗೊಳಿಸಿದವು.. ಸುಧೀರ್ಘವಾದ ಮೌನಕ್ಕೆ ಶರಣಾದೆ.. "ನಿನ್ನೊಂದಿಗೆ ಮದುವೆಯಾಗುವ ಯಾವ ಯೋಚನೆಯನ್ನೂ ಎಂದಿಗೂ ನಾನು ಮಾಡಿಲ್ಲ, ನನ್ನ ಮದುವೆಯ ಮಾತು ಬೇಡ, ನೀನು ನನ್ನ ತಂಗಿಯನ್ನು ಮದುವೆಯಾಗುತ್ತೀಯಾ"? ಎಂದು ಪ್ರಶ್ನಿಸಿದಳು.

ಹಿಂದಿನ ಸಂಚಿಕೆಯ ಅವಳ ಪ್ರಶ್ನೆಗೆ ನನಗೀಗ ಉತ್ತರ ಸಿಕ್ಕಿತು, ಅವಳ ತಂಗಿಯ ಮದುವೆ ಅದು ನನ್ನೊಂದಿಗೆ!! ನನಗಿದು ಅತಿ ದೊಡ್ಡ ಆಘಾತ!? ಅವಳಿನ್ನು ಸಣ್ಣವಳು ಇದೀಗ ಕೊನೆಯ ವರ್ಷದ ಪದವಿ ಮುಗಿಸಬೇಕು, ವಯಸ್ಸಿನ ಅಂತರವಿದೆ ಹೀಗೆ ನೂರಾರು ಕಾರಣಗಳ ಪಟ್ಟಿ ನೀಡಿದೆ, ಎಲ್ಲದಕ್ಕೂ ಪ್ರೇಮಳ ಒಂದೇ ಉತ್ತರ ನೀನು ನನ್ನ ತಂಗಿಯೊಂದಿಗೆ ಮದುವೆಯಾಗಬೇಕು. ಯೋಚಿಸ ಬೇಕಾದ ವಿಷಯವಿದು ನನಗೆ ಅವಳ ಬಗ್ಗೆ ಅಂತಹ ಭಾವನೆಗಳೇ ಇರಲಿಲ್ಲ ಇನ್ನು ಮದುವೆಯ ವಿಚಾರ ನನ್ನಿಂದ ಹೇಗೆ ಸಾಧ್ಯ. ಮೌನವಾಗಿದ್ದೆ.

17

ಸೀರೆ ಪ್ರಹಸನ

ಹಿಂದಿನ ಸಂಚಿಕೆ ಕೊನೆಯಾದಾಗ ಪ್ರೇಮ ಅವಳ ತಂಗಿಯ ಮದುವೆಯ ಬಗ್ಗೆ ಪ್ರಸ್ತಾಪಿಸಿದ್ದಳು, ನನ್ನೊಂದಿಗೆ ಅವಳ ತಂಗಿಯ ಮದುವೆ ನೆರವೇರಿಸಿ ಜೀವನ ಪೂರ್ತಿ ಒಂಟಿಯಾಗಿರುವ ನಿರ್ಧಾರ ಅವಳದು, ನನಗೆ ಆಕೆಯ ನಿರ್ಧಾರವನ್ನು ಬದಲಿಸುವ ಶಕ್ತಿಯಿರಲಿಲ್ಲ ಹಾಗೆಯೇ ಆಕೆಯ ತಂಗಿಯನ್ನು ಮದುವೆಯಾಗುವ ಯೋಚನೆಯೂ ಇರಲಿಲ್ಲ. ಅವಳೊಂದಿಗೆ ಚರ್ಚಿಸಿ, ಜಗಳವಾಡಿ ಹೊರಬಂದೆ. ಮನೆಯಿಂದ ಮಾತ್ರವಲ್ಲ..!

ಅಲ್ಲಿಂದ ಬಂದ ನಂತರ ಕೆಲವು ತಿಂಗಳುಗಳ ಕಾಲ ನಮ್ಮಿಬ್ಬರ ನಡುವಿನ ಸಂಪರ್ಕ ಕಳೆದುಹೋಗಿತ್ತು. ನಾನು ಬೇಕಂತಲೇ ಆಕೆಯಿಂದ ದೂರ ಉಳಿದಿದ್ದೆ, ಅವಳಿಂದಲೂ ಯಾವುದೇ ಕರೆಯಾಗಲಿ, ಸಂದೇಶವಾಗಲಿ ಇರಲಿಲ್ಲ. ಸುಮಾರು ೫ ತಿಂಗಳ ನಂತರ ಅವಳ ತಂಗಿಯಿಂದ ಒಂದು ಕರೆ ಬಂತು!?
ಪದವಿ ಮುಗಿಸಿ ಕೆಲಸ ಹುಡುಕುತ್ತಾ ಬೆಂಗಳೂರಿಗೆ ಬಂದಿದ್ದಳು, ನಾನು ಮೈಸೂರಿನಿಂದ ಬೆಂಗಳೂರಿಗೆ ಕೆಲಸದ ಸ್ಥಳ ಬದಲಿಸಿಕೊಂಡು ಕೆಲ ಸಮಯವಾಗಿತ್ತು ಹಾಗಾಗಿ ಅವಳನ್ನು ಭೇಟಿಯಾದೆ, ಎನ್.ಜಿ.ಒ ಒಂದರಲ್ಲಿ ಸಂದರ್ಶನಕ್ಕಾಗಿ ಬಂದಿದ್ದಳು ಅವಳೊಂದಿಗೆ ಅವಳ ಇಬ್ಬರು ಸ್ನೇಹಿತರೂ ಇದ್ದರು. ಪ್ರೇಮಳ ಬಗ್ಗೆ ವಿಚಾರಿಸಿದೆ, "ಅಕ್ಕ ನಿಮ್ಮನ್ನು ತುಂಬಾ ನೆನಪು ಮಾಡಿಕೊಳ್ಳುತ್ತಾಳೆ, ಅವಳಿಗೆ ಮದುವೆಯ ವಯಸ್ಸು ದಾಟುವ ಮೊದಲೇ ಆಕೆಯ ಮದುವೆಯಾಗಬೇಕು, ಎಷ್ಟೇ ಹೇಳಿದರೂ ಅವಳು ಮದುವೆಯ ಬಗ್ಗೆ ಯೋಚನೆ ಮಾಡುತ್ತಿಲ್ಲ, ನಾನಿನ್ನು ಮುಂದೆ ಓದು ಮುಂದುವರೆಸಲು ಇಷ್ಟವಿಲ್ಲ, ಕೆಲಸಕ್ಕೆ

ಸೇರಿ ಅಕ್ಕನ ಮದುವೆ ಮಾಡಬೇಕು" ಹೀಗೆ ಸರಾಗವಾದ ಆಲೋಚನೆಗಳ ಗಟ್ಟಿ ನಿರ್ಧಾರದೊಂದಿಗೆ ಆಕೆಯ ಆತ್ಮ ವಿಶ್ವಾಸದ ಮಾತುಗಳು ಒಂದರ ಮೇಲೊಂದರಂತೆ ಹೊರಬಂದವು.

ಮುಂದುವರೆದು ಅಕ್ಕನ ಇತ್ತೀಚಿನ ಬದಲಾವಣೆಯ ಬಗ್ಗೆ ಮಾತನಾಡುತ್ತಾ, ಅವಳಿಗೆ ನಿಮ್ಮನ್ನು ಕಂಡರೆ ಇಷ್ಟ, ನೀವು ಅವಳನ್ನು ಮದುವೆಯಾದರೆ ಅವಳು ಸಂತೋಷವಾಗಿರುತ್ತಾಳೆ, ನೀವಿಬ್ಬರು ಜಗಳ ಮಾಡಲು ಕಾರಣವೇನು? ಎಂದು ಪ್ರಶ್ನಿಸಿದಳು. ನನ್ನ ಬಳಿ ಯಾವುದೇ ಉತ್ತರವಿಲ್ಲ ಎಂದೆ! ಅಕ್ಕನ ಬಳಿ ಮಾತನಾಡಿ ಅವಳು ಮೊದಲಿನಂತಿಲ್ಲ, ನಿಮ್ಮನ್ನು ಯಾವಾಗಲು ನೆನಪಿಸಿಕೊಳ್ಳುತ್ತಾಳೆ ಎಂದಳು. ಸರಿ ಎಂದು ತಲೆಯಾಡಿಸಿದೆ. ಅವಳಿಗೆ ಯಾವುದೇ ವಿಚಾರಗಳು ಗೊತ್ತಿರುವ ಹಾಗೆ ಕಾಣಲಿಲ್ಲ.
ಸಂದರ್ಶನ ಮುಗಿಸಿ ಊರಿಗೆ ಹೊರಟಳು, ಹೊರಡುವ ಸಮಯಕ್ಕೆ ಅವಳಿಗೂ ಅವಳ ಅಕ್ಕನಿಗೂ ಒಂದು ಗಿಫ್ಟ್ ನೀಡಿ ಕಳುಹಿಸಿದೆ.

ಪ್ರೇಮ ಮತ್ತು ಅಕೆಯ ತಂಗಿ ಇಬ್ಬರಿಗೂ ಒಬ್ಬರ ಮೇಲೆ ಒಬ್ಬರಿಗೆ ಪ್ರೀತಿ, ಅಕ್ಕನ ಮದುವೆಯಾಗಲಿ ನಾನು ಕೆಲಸ ಮಾಡುತ್ತೇನೆ ಎನ್ನುವ ತಂಗಿ!.
ತಂಗಿಯ ಮದುವೆ ಮಾಡಿ ಜೀವನ ಪೂರ್ತಿ ಒಬ್ಬಳೆ ಇರಬೇಕೆನ್ನುವ ಅಕ್ಕ! ಆದರೆ ಇಬ್ಬರಿಗೂ ಇರುವ ಒಂದೇ ಆಸೆ ಎಂದರೆ ಮದುವೆಯಾಗುವ ಹುಡುಗ! ಅದು ನಾನು!
ಪ್ರೇಮಳನ್ನು ಮದುವೆಯಾಗುವ ಪ್ರಸ್ತಾಪ ಈಗಾಗಲೇ ಮಾಡಿ ಆಕೆ ಅದನ್ನು ತಿರಸ್ಕರಿಸಿ ತನ್ನ ತಂಗಿಯನ್ನು ಮದುವೆಯಾಗುವಂತೆ ಒತ್ತಾಯಿಸಿದ್ದಳು ಅದರ ಫಲವಾಗಿ ನಮ್ಮಿಬ್ಬರೆ ನಡುವೆ ಜಗಳವಾಗಿ ಮಾತು ನಿಲ್ಲಿಸಿ ಹಲವು ತಿಂಗಳುಗಳೇ ಕಳೆದುಹೋಗುವೆ, ಈಗ ಮತ್ತೊಂದು ರೀತಿಯ ಒತ್ತಡ ಆಕೆಯ ತಂಗಿಯ ಕಡೆಯಿಂದ ಎದುರಾಗಿತ್ತು.

ಯೋಚಿಸಿತ್ತಾ ಮಲಗಿದ್ದೆ.. ಮೊಬೈಲ್ ಶಬ್ಧಕ್ಕೆ ಎಚ್ಚರವಾಯ್ತು, ಹೊತ್ತು-ಗೊತ್ತಿಲ್ಲದ ಕರೆ! ಯಾರದೆಂದು ನೋಡಿದರೆ ಪ್ರೇಮ! ರಿಸಿವ್ ಮಾಡಿದ ತಕ್ಷಣ "ನನ್ನ ತಂಗಿಯನ್ನು ಮದುವೆಯಾಗಲು ಒಪ್ಪಿದ್ದಕ್ಕೆ ಖುಷಿಯಾಯ್ತು" ಎಂದಳು!? ಆಶ್ಚರ್ಯದ ಜೊತೆಗೆ ಒಂದಷ್ಟು ಪ್ರಶ್ನೆ ಸಹಜವಾಗಿ ನನ್ನಲ್ಲಿತ್ತು. ಅವಳೇ ಮುಂದುವರೆದು "ನೀನು ಅವಳಿಗೆ ಕೊಟ್ಟಿರುವ ಸೀರೆ ಚನ್ನಾಗಿದೆ" ಅಂದಳು! ಸೀರೆ ಇಬ್ಬರಿಗೂ ಕಳಿಸಿದ್ದೆ, ಬೆಲೆಯೊಂದೆ, ಬಣ್ಣ ಬೇರೆ ಅಷ್ಟೇ, ಅದರಲ್ಲಿ ಮದುವೆಯ

ಒಪ್ಪಿಗೆ ಎಲ್ಲಿಂದ ಬರಬೇಕು ಎಂದರೆ ಅವಳದು ವಿಚಿತ್ರ ವ್ಯಾಖ್ಯಾನ. ಸೀರೆ ನೀಡಿದ್ದೇ ಮದುವೆಯ ಮುನ್ಸೂಚನೆಯಂತೆ, ಆ ಲೆಕ್ಕಕ್ಕೆ ಹೋದರೆ ಇಬ್ಬರಿಗೂ ಸೀರೆ ನೀಡಿದ್ದರಿಂದ ಇಬ್ಬರನ್ನೂ ಮದುವೆಯಾಗಬೇಕೆ ಎಂದೆ? ಮನಸ್ಸು ತಿಳಿಯಾಗುವಂತಹ ನಗು ಇಬ್ಬರಲ್ಲೂ ಮೂಡಿತು.

18
ಗಂಗಾ ಪೂಜೆ

ಪ್ರೇಮಳ ತಂಗಿ ಕೆಲಸಕ್ಕೆಂದು ಬಂದು ಬೆಂಗಳೂರಿನ ಪಿ.ಜಿ ಒಂದರಲ್ಲಿ ಸೇರಿಕೊಂಡಿದ್ದಳು, ಅತ್ತ ಪ್ರೇಮ ಒಂಟಿಯಾಗಿದ್ದಳು, ಪ್ರೇಮಳಿಗೆ ತಾನಿರುವ ಮನೆ ಊರನ್ನು ಬಿಟ್ಟು ಬರುವ ಮನಸ್ಸಿಲ್ಲ, ಮದುವೆಯ ಯೋಚನೆಯೂ ಇಲ್ಲ. ಆರ್ಥಿಕ ಸ್ಥಿತಿ ಮೊದಲಿಗಿಂತ ಉತ್ತಮವಾಗಿದೆ. ಅಕ್ಕ ಊರಿನಲ್ಲಿ, ತಂಗಿ ಬೆಂಗಳೂರಿನಲ್ಲಿ

ದುಡಿಯುತ್ತಾ ಒಂದಷ್ಟು ಹಣ ಉಳಿಸಿ ತಮ್ಮ ಜಮೀನಿನಲ್ಲಿ ಕೊಳವೆಬಾವಿ ಹಾಕಿಸಿ ಅಡಿಕೆ ತೋಟ ಮಾಡುವ ಬಗ್ಗೆ ನನ್ನೊಂದಿಗೆ ಚರ್ಚಿಸಿದ್ದರು, ಖುಷಿಯ ವಿಚಾರಕ್ಕೆ ನನ್ನ ಸಮ್ಮತಿ ಯಾವಾಗಲೂ ಇದ್ದೇ ಇರುತ್ತದೆ, ಅಕ್ಕ ತಂಗಿಯರು ಸೇರಿ ಉತ್ತಮ ನಿರ್ಧಾರಕ್ಕೆ ಬಂದಿದ್ದರು, ನನಗೂ ಇದು ಸರಿ ಎನಿಸಿತು.

ಕೆಲವೇ ವಾರಗಳಲ್ಲಿ ಕೊಳವೆ ಬಾವಿ ಕೊರೆಯುವ ದಿನ ಮತ್ತು ಸಮಯ ನಿಗಧಿಯಾಯ್ತು, ನನಗೂ ಆಹ್ವಾನವಿತ್ತು. ಅವರ ಜಮೀನಿನಲ್ಲಿ ಈ ಮೊದಲು ಯಾರಿಂದಲೋ ನೀರಿನ ಗುರುತು ಮಾಡಿಸಿದ್ದ ಜಾಗದಲ್ಲಿ ಕೊಳವೆಬಾವಿ ಕೊರೆಯುವ ಲಾರಿ ಸಿದ್ಧವಾಗಿತ್ತು, ಅಷ್ಟರಲ್ಲಿ ನಾನೂ ಕೂಡ ತಲುಪಿದೆ. ಪೂಜೆ ನೆರವೇರಿಸಲಿ ನನ್ನನ್ನು ಒತ್ತಾಯಿಸಿದಳು ಪ್ರೇಮ, ಅವಳೇ ಪ್ರಾರಂಭಿಸಲಿ ಎಂದು ನಾನು. ಎಲ್ಲರ ಮುಂದೆ ಜಗಳ ಬೇಡವಾಗಿತ್ತು. ಕೊನೆಗೆ ಅವಳಿಂದಲೇ ಪ್ರಥಮ ಪೂಜೆ ಮಾಡಿಸಿ ಪ್ರಾರಂಭಿಸಿದೆವು.

ಒಂದಷ್ಟು ಗಂಟೆಗಳ ಸುದೀರ್ಘ ಕಾರ್ಯಾಚರಣೆಯ ಸಮಯದಲ್ಲಿ ಪ್ರೇಮ ಮತ್ತವಳ ತಂಗಿ ನೀರು ಸಿಗುವ ಬಗ್ಗೆ ಅನುಮಾನಗೊಂಡು ಹೆದರಿದ್ದರು, ಅವರ ಮಾತಿನಿಂದ ನನಗೂ ಸ್ವಲ್ಪ ಯೋಚನೆ ಶುರುವಾಗಿತ್ತು.
ಪ್ರಕೃತಿಯ ಮುಂದೆ ನಾವ್ಯಾರೂ ದೊಡ್ಡವರಲ್ಲ, ನಾವು ಮಾಡಿರುವ ಪಾಪ-ಪುಣ್ಯದ ಲೆಕ್ಕಾಚಾರ ಪ್ರಕೃತಿಯೇ ನಿರ್ಧರಿಸಿ ಪ್ರತಿಫಲ ನೀಡುತ್ತದೆ. ಅಂತಹುದೇ ಪ್ರತಿಫಲ ನಮಗೆ ದೊರೆತದ್ದು!?

ಪ್ರೇಮಳ ಖುಷಿ ಇಮ್ಮಡಿಯಾಯ್ತು, ಗಂಗೆ ಚಿಮ್ಮಿ, ಹರಿಯಲು ಪ್ರಾರಂಭಿಸಿದಳು, ಗಂಗಾ ಪೂಜೆಗೆ ಮತ್ತೆ ಜಗಳವಾಡದೇ ಎಲ್ಲರೂ ಸೇರಿ ನೆರವೇರಿಸಿದೆವು. ಉತ್ತಮವಾದ ನೀರು ದೊರಕಿದ್ದು ಪ್ರೇಮಾಳ ಬದುಕಿದೆ ಮತ್ತೊಂದು ಆಶಾಕಿರಣ.

ಕೆಲವು ದಿನಗಳಲ್ಲಿ ಅದಕ್ಕೆ ಬೇಕಾದ ಎಲ್ಲಾ ತಯಾರಿ ನಡೆಸಿ ಅಡಿಕೆ ಗಿಡಗಳನ್ನು ನೆಟ್ಟು ಅದರ ಜವಾಬ್ದಾರಿ ಹೊತ್ತ ಪ್ರೇಮ! ಅಕ್ಕನಿಗೆ ಆರ್ಥಿಕ ಸಹಾಯ ಮಾಡುತ್ತಾ ಬೆಂಗಳೂರಿನಲ್ಲಿ ಕೆಲಸ ಮಾಡುತ್ತಿರುವ ಆಕೆಯ ತಂಗಿ. ನನ್ನ ಅವಶ್ಯಕತೆ ಕ್ರಮೇಣ ಕಡಿಮೆಯಾಗಿತ್ತು.

ಆರು ತಿಂಗಳುಗಳಲ್ಲಿ ಪ್ರೇಮಳ ತಂಗಿಯ ಮದುವೆಯ ವಿಚಾರವಾಗಿ ಪ್ರೇಮ ನನ್ನೊಂದಿಗೆ ಮತ್ತೆ ಮಾತನಾಡಿದಳು, ಅವಳ ಬಲವಂತಕ್ಕೆ ಅದರ ಬಗ್ಗೆ

ಯೋಚಿಸುತ್ತೇನೆ ಎಂದೆ!? ನನಗೆ ಆ ರೀತಿಯ ಆಸಕ್ತಿ ಇರಲಿಲ್ಲ. ಪ್ರೇಮಳ ಮದುವೆಯ ಬಗ್ಗೆ ವಿಚಾರಿಸದರೆ ಅವಳಿಂದ ಉತ್ತರವಿಲ್ಲ, ಮದುವೆಯೇ ಬೇಡ ನನಗೆ ನಾನು ಒಬ್ಬಳೇ ಇರಬೇಕು ಎನ್ನುವ ಗಟ್ಟಿ ನಿರ್ಧಾರ ಅವಳದು. ಸರಿ ಆಗುವುದೆಲ್ಲ ಒಳ್ಳೆಯದಕ್ಕೆ ಆಗಲಿದೆ ಎನ್ನುವ ನಂಬಿಕೆಯೊಂದಿಗೆ ಮುಂದುವರೆದೆ.

ಪ್ರೇಮಳಿಗೆ ಕರೆಮಾಡಿ ಅವಳ ತಂಗಿಯ ಫೋಟೊ ಮತ್ತು ಸ್ವ ವಿವರಗಳನ್ನು ಕಳುಹಿಸುವಂತೆ ಕೇಳಿದೆ!

ಅಂದುಕೊಂಡಂತೆಯೇ ಪ್ರೇಮ ಸಂತೋಷದಿಂದ ತಂಗಿಯ ಫೋಟೊ ಮತ್ತು ವಿವಿರಗಳನ್ನು ಕಳುಹಿಸಿದಳು, ನಾನು ಮುಂದಿನ ಕಾರ್ಯಗಳ ಬಗ್ಗೆ ಕೆಲಸ ಪ್ರಾರಂಭಿಸಿದೆ

ಪ್ರೇಮ ತನ್ನ ಅಡಿಕೆ ತೋಟದ ಜವಾಬ್ದಾರಿ ಹೊತ್ತು ಊರಿನಲ್ಲಿದ್ದಳು, ಅವಳ ತಂಗಿ ಬೆಂಗಳೂರಿನಲ್ಲಿ ಕೆಲಸ ಮಾಡುತ್ತಿದ್ದಳು.

ಕೆಲವು ದಿನಗಳಲ್ಲಿ ಪ್ರೇಮಳ ತಂಗಿಗಾಗಿ ಒಬ್ಬ ಹುಡುಗನ ವಿವರಗಳನ್ನು ಅವಳ ತಂಗಿಗೆ ಕಳುಹಿಸಿದೆ ಆಕೆಯಿಂದ ಉತ್ತರ ಬರಲಿಲ್ಲ ಬದಲಾಗಿ ಪ್ರೇಮ ಕರೆಮಾಡಿ ಕೋಪಗೊಂಡಳು, "ನಿನಗೆ ನನ್ನ ತಂಗಿಯನ್ನು ಮದುವೆಯಾಗಲು ಇಷ್ಟ ಇಲ್ವಾ? ಬೇರೆ ಹುಡುಗನ ಫೋಟೊ ಯಾಕ್ ಕಳಿಸಿದೀಯಾ ಅವಳಿಗೆ? "ನಾನು ಆಕೆಯನ್ನು ಆ ದೃಷ್ಟಿಯಿಂದ ನೋಡಿಯೇ ಇಲ್ಲ, ಜೊತೆಗೆ ನಮ್ಮಿಬ್ಬರ ನಡುವಿನ ವಯಸ್ಸಿನ ಅಂತರ, ಸಾಧ್ಯವೇ ಇಲ್ಲ"! ನೇರವಾದ ಉತ್ತರ ನನ್ನಿಂದ.

ಹಲವು ದಿನಗಳ ಕಾಲ ಇದೇ ಚರ್ಚೆ, ಜಗಳ, ಮುನಿಸು ನಮ್ಮಿಬ್ಬರ ನಡುವಿನ ಕಂದಕ ದೊಡ್ಡದಾಗುತ್ತಾ ಬಂತು.. ಅವಳೇನೆ ಮಾಡಿದರು ಅವಳು ಹೇಳಿದ ಹಾಗೆ ಮಾಡಲು ನನ್ನಿಂದ ಸಾಧ್ಯವಿರಲಿಲ್ಲ, ಇದೆಲ್ಲಾ ಅವಳಿಗೆ ಅರ್ಥ ಮಾಡಿಸುವಷ್ಟರಲ್ಲಿ ಹಲವು ತಿಂಗಳುಗಳು ಕಳೆದುಹೋಗಿದ್ದವು..

ಇದೇ ಸಮಯದಲ್ಲಿ ನನ್ನ ಮದುವೆಯ ಬಗ್ಗೆಯೂ ಮನೆಯಲ್ಲಿ ಒತ್ತಡ ಜಾಸ್ತಿಯಾಗಿತ್ತು, ಬೇರೇನೋ ಕಾರಣಗಳನ್ನು ನೀಡಿ ಮದುವೆ ಮುಂದೂಡುವ ಸಮಯವನ್ನೂ ದಾಟಿಯಾಗಿತ್ತು, ಇದರೊಂದಿಗೆ ವಯಸ್ಸು ಮದುವೆಯ ಹಂತವನ್ನು ಮೀರುವಂತಿತ್ತು! ಇನ್ನೇನು ಮಾಡಲು ಸಾಧ್ಯ?

ಅತ್ತ ಪ್ರೇಮ ಮತ್ತು ಆಕೆಯ ತಂಗಿಯ ಮದುವೆಯ ವಿಷಯದಲ್ಲೂ ಯಾವುದೇ ರೀತಿಯ ಸಕಾರಾತ್ಮಕ ಬೆಳವಣಿಗೆ ಇರಲಿಲ್ಲ! ನನ್ನ ಮದುವೆಗೆ ವಧು ಹುಡುಕುವ

ಕಾರ್ಯ ಪ್ರಾರಂಭವಾಯ್ತು, ಭವಿಷ್ಯದ ಬಗೆಗಿನ ಚಿಂತೆ!.

ಸರಿ ಇನ್ನೇನಿದೆ, ಪ್ರೇಮಳಿಗೆ ವಿಷಯ ತಿಳಿಸಬೇಕೊ ಬೇಡವೋ ಎಂಬ ಗೊಂದಲ, ಸಮಯ ಬಂದಾಗ ತಿಳಿಸಿದರಾಯ್ತು ಎನ್ನುವಷ್ಟರಲ್ಲಿ ಒಂದಷ್ಟು ಹುಡುಗಿಯರ ಫೋಟೊ, ವಿವರಗಳನ್ನು ನೋಡಿ ಅಳೆದು ತೂಗಿ ಒಂದಷ್ಟು ಮನೆಗೆ ಭೇಟಿ ನೀಡಿದ ಪ್ರತಿಫಲವಾಗಿ ಮದುವೆಯಾಗುವ ಹುಡುಗಿಯ ಆಯ್ಕೆಯಾಯ್ತು! ಮಾತುಕತೆಯೊಂದೇ ಬಾಕಿ!
ಪ್ರೇಮಳಿಂದ ಕರೆ ಬಂದು ಕೆಲವು ತಿಂಗಳುಗಳೇ ಕಳೆದಿದ್ದವು, ಅವಳ ಹಠದ ಮುಂದೆ ನಾನು ಸೋಲಲೇ ಬೇಕಾಯ್ತು, ನಾನೇ ಕರೆ ಮಾಡಿದೆ?
ಅವಳಿಂದ ಉತ್ತರವಿಲ್ಲ! ಮಾರನೇ ದಿನ ಮತ್ತೆ ಕರೆ ಮಾಡಿದೆ ಉತ್ತರವಿಲ್ಲ! ಅವಳ ತಂಗಿಗೆ ಕರೆ ಮಾಡಿದೆ ಅವಳಿಂದಲೂ ಉತ್ತರವಿಲ್ಲ! ಸಣ್ಣದೊಂದು ಅನುಮಾನ? ನಡುಕ!? ಒಂದೆರಡು ದಿನ ಕಾದು ನೋಡಿದೆ, ಪ್ರತಿಕ್ರಿಯೆ ಬರಲಿಲ್ಲ.

ಮನಸ್ಸಿಗೆ ತಡೆಯುವ ಶಕ್ತಿಯಿರಲಿಲ್ಲ, ಹೋಗಿ ನೋಡೋಣವೆಂದರೆ ಕೆಲಸದ ಅನಿವಾರ್ಯತೆ, ಆಕೆಯ ತಂಗಿ ಕೆಲಸ ಮಾಡುವ ಜಾಗದ ವಿಳಸವೂ ನನಗೆ ತಿಳಿದಿರಲಿಲ್ಲ! ಒಂದು ದೊಡ್ಡ ಅನಾಹುತದ ಮುನ್ಸೂಚನೆ! ಚಡಪಡಿಕೆಯಲ್ಲಿಯೇ ಒಂದು ವಾರ ಕಳೆದೆ, ನಂತರದ ವಾರ ಪೂರ್ತಿ ದೆಹಲಿಯಲ್ಲಿ ತರಬೇತಿಗೆ ಹಾಜರಿದ್ದೆ, ಯಾವುದನ್ನೂ ಯಾರೊಂದಿಗೂ ಹೇಳಿಕೊಳ್ಳುವ ಪರಿಸ್ಥಿತಿಯಲ್ಲಿರಲಿಲ್ಲ ನಾನು?.... ಇತ್ತ ಮನೆಯವರ ಸಂತೋಷಕ್ಕೆ ಮಿತಿಯೇ ಇರಲಿಲ್ಲ, ಮದುವೆಯ ಉತ್ಸಾಹ.!
ದೆಹಲಿಯಿಂದ ಹಿಂತಿರುಗಿ ಬಂದ ತಕ್ಷಣ ಅವಳೂರಿಗೆ ಹೊರಟೆ!ನಾನೆ ಕಾರ್ ಡ್ರೈವ್ ಮಾಡುತ್ತಾ ದಾರಿಯುದ್ದಕ್ಕೂ ಅವಳ ಯೋಚನೆಯಲ್ಲಿಯೇ ಸಾಗುತ್ತಿದ್ದೆ.. ಸುಮಾರು ೧೫ ದಿನ ಕಳೆದರೂ ಆಕೆಯಿಂದ ಯಾವುದೇ ಉತ್ತರವಿರಲಿಲ್ಲ.. ರಾತ್ರಿಯ ಒಬ್ಬಂಟಿ ಪ್ರಯಾಣ!..............

ಬೆಳಗಿನ ಜಾವ ಸುಮಾರು ೪ ಗಂಟೆ ಅಷ್ಟರಲ್ಲಿ ಅವಳೂರು ತಲುಪಿದೆ.

19
ಪಾಪು, ಪ್ರೀತಿ, ನೋವು

ಈ ಸಮಯಕ್ಕೆ ಅವಳ ಮನೆಗೆ ಹೋಗಿ ತೊಂದರೆ ಕೊಡುವುದು ಸರಿಯಲ್ಲ ಎನಿಸಿ, ಊರಿನ ಬಾಗಿಲಿನಲ್ಲಿಯೇ ಕಾರು ನಿಲ್ಲಿಸಿ ಬೆಳಗಾಗುವವರೆಗೂ ಅಲ್ಲಿಯೇ ಸ್ವಲ್ಪ ವಿಶ್ರಾಂತಿ ಪಡೆಯಲು ನಿರ್ಧರಿಸಿದೆ, ರಾತ್ರಿಯ ಪ್ರಯಾಣ ಮಾಡಿ ದಣಿವಾಗಿದ್ದರಿಂದ ಒಳ್ಳೆಯ ನಿದ್ರೆ ಹತ್ತಿತು! ಕಣ್ಣು ತೆರೆದಾಗ ಬೆಳಗ್ಗೆ 6.30!....

ನಿಧಾನವಾಗಿ ಅವಳ ಮನೆಯ ಬಳಿ ಬಂದವನಿಗೆ ಎದುರಾಗಿದ್ದು ಮುಚ್ಚಿದ ಬಾಗಿಲು? "ಇಷ್ಟು ಬೇಗ ಎಲ್ಲಿಗೆ ಹೋಗಿದ್ದಾಳೆ ಇವಳು" ಅಂತ ಪಕ್ಕದಲ್ಲಿ ವಿಚಾರಿಸಲು ತಿರುಗಿದೆ, ಕೊಟ್ಟಿಗೆಯಿಂದ ಲಕ್ಷ್ಮಿ (ಹಸು) ಕರೆದಳು ಹೋಗಿ ನೋಡಿದೆ ಪ್ರೇಮ ಹಾಲು ಕರೆಯುತ್ತಾ ಇದ್ದಳು, ಲಕ್ಷ್ಮಿ ನನ್ನ ಗುರುತಿಸಿದಳು, ನನ್ನ ಬಳಿಗೆ ಬರಲು ಪ್ರಯತ್ನಿಸಿದ ತಕ್ಷಣ ಪ್ರೇಮಳಿಗೆ ಯಾರೋ ಬಂದು ಹಿಂದೆ ನಿಂತಿರುವ ಅನುಭವವಾಗಿ ಹಿಂತಿರುಗಿ ನೋಡಿದ ತಕ್ಷಣ ನನ್ನ ಕಂಡು ಹೆದರಿದಳು..

ವಿಚಿತ್ರವಾದ ಪ್ರತಿಕ್ರಿಯೆ ಅದು ನಾನು ಬಂದ ಖುಷಿ ಕಾಣಲಿಲ್ಲ ಬದಲಾಗಿ ಹೆದರಿದ ಮುಖ, ನಿಯಂತ್ರಣವಿಲ್ಲದ ದೇಹ ಚಲನೆ, ವೇಗವಾದ ಕಣ್ಣಿನ ಚಲನೆ ಅವಳಲ್ಲಿನ ಭಯವನ್ನು ಹೊರಹಾಕುತ್ತಿತ್ತು. ಅವಳ ಈ ವರ್ತನೆ ನನ್ನಲ್ಲಿ ಗೊಂದಲ ಮೂಡಿಸಿದವು ಅಷ್ಟರಲ್ಲಿ ಹಾಲಿನೊಂದಿಗೆ ಮನೆಯೊಳಗೆ ಓಡಿದಳು ಪ್ರೇಮ..

ಬನ್ನಿ ಒಳಗೆ ಎಂದು ನಗುಮುಖದಿಂದ ಸ್ವಾಗತಿಸುವವರು ಯಾರೊಬ್ಬರು ಇಲ್ಲದೆ ನಾನೇ ಒಳಹೋದೆ ಹೆಚ್ಚೇನು ಬದಲಾವಣೆಯಾಗದ ಒಳಮನೆ ಸುತ್ತ ನೋಡುತ್ತ ಅವರಮ್ಮನ ಫೋಟೊ ಕಡೆ ಗಮನ ಕೊಟ್ಟು ತಿರುಗುವಷ್ಟರಲ್ಲಿ ಕಾಫಿಯೊಂದಿಗೆ ಪ್ರೇಮ ನಿಂತಿದ್ದಳು! ಮಾತಿಲ್ಲ ಕಥೆಯಿಲ್ಲ ಬರಿ ರೋಮಾಂಚನ ಕಾಫಿಯ ಪರಿಮಳಕ್ಕೆ!!

ಒಂದೇ ಒಂದು ಮಾತಿಲ್ಲದೆ ಕಾಫಿ ಕುಡಿದು ಲೋಟ ಕೆಳಗಿಟ್ಟು ದೈನಂದಿನ ಕಾರ್ಯಕ್ಕೆ ಹೊರಬಂದು ಹೊಳೆಯ ಕಡೆ ಹೊರಟೆ! ಹೊಳೆಯಲ್ಲಿ ಈಜುವುದು ನನ್ನ ಅತ್ಯಂತ ಖುಷಿಯ ವಿಷಗಳಲ್ಲೊಂದು! ಈ ಊರು ನನಗೇನು ಹೊಸತಲ್ಲ, ಇಲ್ಲಿನ ಜನರ ಪರಿಚಯವೂ ನನಗಿತ್ತು! ಒಂದಷ್ಟು ಜನರೊಂದಿಗೆ ಮಾತನಾಡುತ್ತಾ ಹೊಳೆಯಲ್ಲಿ ಬಿದ್ದು ಎದ್ದು ತಿರುಗಿ ಬರುವಷ್ಟರಲ್ಲಿ ಸುಮಾರು 10 ಘಂಟೆಯ ಸಮಯ.. ನಾನು ಬರುವುದನ್ನೇ ಎದುರು ನೋಡುತ್ತಿದ್ದ ಪ್ರೇಮ ತಿಂಡಿ ತಂದುಕೊಟ್ಟಳು? ಮತ್ತದೇ ಮಾತಿಲ್ಲ ಕಥೆಯಿಲ್ಲ ಬರಿ ರೋಮಾಂಚನ! ಬಿಸಿ ಬಿಸಿ ಪುಲಾವ್..!

ಬಿಸಿ ಆರುವ ಮುನ್ನ ತಿಂಡಿ ತಿನ್ನಬೇಕು ಹಾಗೆಯೇ ಈಗಾಗಲೇ ಕಾದು ತಣ್ಣಗಾಗಿರುವ ವಿಷಯಕ್ಕೆ ಉತ್ತರವೂ ಬೇಕಿತ್ತು! ನಾನೇ ಮಾತನಾಡಿಸಲಿ ಎಂದು ಅವಳು ಸುಮ್ಮನಿದ್ದಳು, ಸರಿ "ಏನಾಯ್ತು" ಎಂದೆ ನಾನು? ಉತ್ತರವಿಲ್ಲ, ಫೋನ್ ಯಾಕ್ ರಿಸಿವ್ ಮಾಡ್ತಾ ಇಲ್ಲ"? ಅದಕ್ಕೂ ಉತ್ತರವಿಲ್ಲ! ತಲೆ ಎತ್ತಿ ಮುಖವನ್ನೂ ನೋಡದ ಅವಳ ಮೇಲೆ ತಕ್ಷಣಕ್ಕೆ ಕೋಪ ನೆತ್ತಿಗೇರಿತ್ತು, ತುಸು ಹೆಚ್ಚೇ ಎನ್ನುವಷ್ಟು ಧ್ವನಿಯೇರಿಸಿ ಕೂಗಿದೆ ಅಷ್ಟೇ!ಕಣ್ಣೀರು??? ಮಾತಿಲ್ಲ ಕಥೆಯಿಲ್ಲ ಬರಿ ಕಣ್ಣೀರು!..

ಸಮಾಧಾನ ಪಡಿಸುವಷ್ಟು ತಾಳ್ಮೆ ಇರದ ಕಾರಣ ಒಂದಷ್ಟು ಸಮಯ ಅದೇ ರಾಗ ಅದೇ ಹಾಡು.. ಮುಂದುವರೆದು ನಾನೆ ಮೌನಮುರಿದೆ, ಆಗಲೂ ಅವಳಿಂದ ಉತ್ತರವಿಲ್ಲ.. ಸರಿ ನಾನು ಹೊರಡುತ್ತೇನೆ ಎಂದೆ.. ಮತ್ತದೇ ಮೌನ.. ನಾನು ಅಸಹನೆಯಿಂದ ಹೊರಡುವಾಗ ಬಂದು ಅಡ್ಡ ನಿಂತಳು.. ಅವಳ ಕಣ್ಣೀರು ಮತ್ತು ಅಸಹಾಯಕ ನೋಟ ನನ್ನ ಕುಗ್ಗಿಸಿತು, ನನ್ನ ಕಣ್ಣುಗಳು ತುಂಬಿಕೊಂಡವು ಕೈ ಚಾಚಿ ತಬ್ಬಿಕೊಳ್ಳಬೇಕೆನಿಸಿತು!? ನನ್ನ ಮದುವೆಯ ಸಿದ್ದತೆಯ ನೆನಪಾಗಿ ಸುಮ್ಮನೆ ನಿಂತೆ.. ಇನ್ನೂ ಒಂದಷ್ಟು ಸಮಯ ಮೌನದಲ್ಲೇ ಕಾಲ ಕಳೆದು ಕೊನೆಗೆ ನಿಧಾನವಾಗಿ ಮಾತಿಗಿಳಿದಳು.. "ಕ್ಷಮಿಸಿ ನನ್ನಿಂದ ನಿಮಗೆ ತೊಂದರೆ ಆಯ್ತು" ಎಂದಳು, "ತೊಂದರೆ ಏನಿದೆ ಮೊದಲು ವಿಷ್ಯಕ್ಕೆ ಬಾ" ಎಂದೆ ನಾನು.

ಏನಂತ ಹೇಳಲಿ "ಪಾಪು ಯಾರನ್ನೋ ಲವ್ ಮಾಡ್ತಾ ಇದಾಳಂತೆ"! ದೊಡ್ಡ ಹೊಡೆತ ಬಿದ್ದ ಅನುಭವ ನನಗೆ! ಅಂದ ಹಾಗೆ ಪಾಪು ಪ್ರೇಮಳ ತಂಗಿ!!

ಪ್ರೇಮಳ ತಂಗಿ ಬೆಂಗಳೂರಿನಲ್ಲಿ ಕೆಲಸ ಮಾಡುತ್ತಿರುವ ಜಾಗದಲ್ಲಿ ಯಾರೋ ಒಬ್ಬನನ್ನು ಇಷ್ಟಪಡುತ್ತಿರುವ ವಿಷಯವನ್ನು ಹೇಳುತ್ತಾ, ಅವಳನ್ನು ಮದುವೆಯಾಗುವಂತೆ ನನ್ನ ಒತ್ತಾಯ ಮಾಡಿದುದರ ಬಗ್ಗೆ ಮಾತನಾಡುತ್ತಾ ಕಣ್ಣೀರು ಹಾಕಿದಳು, ಪ್ರೇಮಳಿಗೆ ತನ್ನ ತಂಗಿಯನ್ನು ನಾನು ಮದುವೆಯಾಗಬೇಕೆಂಬ ಆಸೆ ಈಗಲೂ ಹಾಗೇಯೇ ಇದೆ ಆದರೆ ನಾನದಕ್ಕೆ ಒಪ್ಪಿರಲಿಲ್ಲ, ಈಗ ನಾನೇ ಒಪ್ಪಿಕೊಂಡರೂ ಅವಳ ತಂಗಿಗೆ ನಾನು ಇಷ್ಟವಿಲ್ಲ ಕಾರಣ ಅವಳ ಪ್ರೀತಿ!

ಪ್ರೇಮ ಅವಳ ತಂಗಿಯೊಡನೆ ಹಲವು ಬಾರಿ ಇದೇ ವಿಷಯವಾಗಿ ಜಗಳವಾಡಿದ್ದಾಳಂತೆ, ಪಾಪುವನ್ನು ನನ್ನೊಂದಿಗೆ ಮದುವೆಗೆ ಒಪ್ಪಿಸುವ ಹಲವು ಪ್ರಯತ್ನಗಳನ್ನು ಪ್ರೇಮ ಮಾಡಿದ್ದಳು ಅದರ ಫಲವಾಗಿ ಪಾಪು ತನ್ನ ಪ್ರೀತಿಯ ವಿಷಯವನ್ನು ತಿಳಿಸಿ ಅವರೊಂದಿಗೆ ಮದುವೆಯಾಗಲು ನನಗೆ ಇಷ್ಟವಿಲ್ಲ ಎಂದದ್ದು ಪ್ರೇಮಳಿಗೆ ಸಾಕಷ್ಟು ನೋವನ್ನುಂಟು ಮಾಡಿತ್ತು.. ಆ ನೋವಿನಿಂದ ತಂಗಿಯೊಡನೆ ಮಾತು ಬಿಟ್ಟಿದ್ದಾಳೆ ಜೊತೆಗೆ ನನ್ನ ಕರೆಯನ್ನೂ ಸ್ವೀಕರಿಸದ ಮಟ್ಟಕ್ಕೆ ಒಬ್ಬಂಟಿ ಜೀವನಕ್ಕೆ ಹೊಂದಿಕೊಂಡಿದ್ದಾಳೆ.

ತಲೆ ಗಿರ್ ಎಂದು ಸುತ್ತುವ ಸಮಯ..ನನಗೆ?
ಪ್ರೇಮ ಈ ಹಿಂದೆ ನನ್ನನ್ನು ಮದುವೆಯಾಗಲು ನಿರಾಕರಿಸಿದ್ದು ತಂಗಿಯ ಜೀವನಕ್ಕಾಗಿ, ತಂಗಿಯೊಂದಿಗೆ ನಾನು ಮದುವೆಯಾದರೆ ಅವಳು ಚನ್ನಾಗಿರುತ್ತಾಳೆ ಎಂದು ನನ್ನನ್ನು ತಿರಸ್ಕರಿಸಿ ತಂಗಿಯೊಂದಿಗೆ ಮದುವೆಯಾಗುವಂತೆ ನನ್ನ ಒತ್ತಾಯಿಸಿದ್ದಳು.
ಈಗ ಆಕೆಯ ತಂಗಿ ಮತ್ತೊಬ್ಬನ ಪ್ರೀತಿ ಮಾಡುತ್ತಿದ್ದು ಯಾವುದೇ ಕಾರಾಣಕ್ಕು ನನ್ನನ್ನು ಮದುವೆಯಾಗುವುದಿಲ್ಲ ಎಂದು ಪ್ರೇಮಳ ಬಳಿ ಹೇಳಿದ್ದಾಳೆ.

ನನ್ನದು ಮದುವೆಯ ಸಿದ್ಧತೆಗಳಲ್ಲಿರುವ ಕುಟುಂಬ, ಜೊತೆಗೆ ಈ ವಿಷಯವನ್ನು ಪ್ರೇಮಳಿಗೆ ಇಲ್ಲಿಯವರೆಗೂ ಹೇಳಿಲ್ಲ..
ನನ್ನ ಮದುವೆಯ ನಂತರ

ಪ್ರೇಮಳ ತಂಗಿ ಪಾಪು ಕೂಡ ಇಷ್ಟಪಟ್ಟವನನ್ನು ಮದುವೆ ಯಾಗುತ್ತಾಳೆ?

ಪ್ರೇಮ ಶಾಶ್ವತವಾಗಿ ಒಂಟಿಯಾಗುತ್ತಾಳೆ??

20
ಮದುವೆ ಮತ್ತು ಮನಸ್ತಾಪ

ಪ್ರೇಮ ಒಂಟಿಯಾಗಿ ಜೀವನ ನಡೆಸುವುದು ಮೊದಲಿನಿಂದಲೂ ನನಗೆ
ಇಷ್ಟವಿರಲಿಲ್ಲ ಆದರೆ ಮದುವೆಯ ವಿಷಯದಲ್ಲಿ ಇಲ್ಲಿಯವರೆಗೂ ಅವಳು ನನ್ನ

ಮಾತು ಕೇಳಿರಲಿಲ್ಲ! ಈಗ ಒಂದು ಸರಿಯಾದ ನಿರ್ಧಾರಕ್ಕೆ ಬರಲೇ ಬೇಕಾದ ಅನಿವಾರ್ಯತೆ ನಮ್ಮ ಮುಂದಿತ್ತು..

ಪ್ರೇಮಳಿಗೆ ನನ್ನ ಮದುವೆಯ ಬೆಳವಣಿಗೆಗಳ ಬಗ್ಗೆ ಯಾವ ವಿಚಾರವೂ ತಿಳಿದಿರಲಿಲ್ಲ ಈ ಸಮಯದಲ್ಲಿ ಅದರ ಬಗ್ಗೆ ಮಾತನಾಡಲು ಧೈರ್ಯ ಬರಲಿಲ್ಲ, ಮುಂದೇನು ಎನ್ನುವ ಸಮಯಕ್ಕೆ ಪ್ರೇಮ ಮತ್ತೆ ಮಾತನಾಡಲು ಪ್ರಾರಂಭಿಸಿದಳು " ಪಾಪು ಮದುವೆ ನಿಮ್ಮ ಜೊತೆ ಮಾಡಬೇಕು ಅಂತ ಅಂದುಕೊಂಡೆ ಆದ್ರೆ ಅದು ಈ ರೀತಿ ಆಯ್ತು, ನಿಮ್ಗೆ ತುಂಬಾ ತೊಂದ್ರೆ ಕೊಟ್ಟೆ ನಾನು, ಕ್ಷಮೆ ಕೇಳೊದಕ್ಕೂ ನನಗೆ ಯೋಗ್ಯತೆ ಇದೆ ಅಂತ ಅನ್ಸಲ್ಲ ನಂಗೆ. ನೀವು ನನ್ನಿಂದ ಈತರ ಇರೋದು ಸರಿ ಇಲ್ಲ ನಿಮ್ಮ ಪಾಡಿಗೆ ನೀವು ಮದುವೆ ಆಗಿ".

ಅವಳ ಮಾತು ಸರಿಯಾಗಿಯೇ ಇತ್ತು ಆದರೆ ಈಗಾಗಲೇ ನನ್ನ ಮದುವೆಯ ಸಿದ್ಧತೆ ನಡೆದಿರುವುದರ ಬಗ್ಗೆ ನಾನ್ಹೇಗೆ ಹೇಳಲಿ!? ಕೆಲವೊಮ್ಮೆ ಸತ್ಯ ಹೇಳುವುದಕ್ಕಿಂತ ಮೌನವಾಗಿರುವುದು ಸರಿಯೆನಿಸಿ ಮರು ಮಾತನಾಡದೆ ತಲೆಯಾಡಿಸಿದೆ.. ನಾನು ಮುಂದುವರೆದು "ಸರಿ ನನ್ನ ಮದುವೆಯ ವಿಷಯ ಇರಲಿ, ನಿನ್ನ ಮದುವೆ ಕಥೆಯೇನು? ಅದಕ್ಕೆ ಅವಳಿಂದ ಒಂದೇ ಉತ್ತರ "ನಾನು ಮದುವೆಯಾಗಲ್ಲ, ನಾನು ಹೀಗೆ ಇರಬೇಕು".

ಈಗ ನಿನ್ನ ತಂಗಿ ಕೂಡ ಇಷ್ಟ ಪಟ್ಟವನನ್ನ ಮದುವೆಯಾಗುತ್ತಾಳೆ, ನಾನು ಕೂಡ ಯಾವುದೋ ಒಂದು ಮದುವೆಯಾಗ್ತೀನಿ ಆದ್ರೆ ನೀನು ಮದುವೆ ಬೇಡ ಅಂದ್ರೆ ಹೇಗೆ ಜೀವನ ಪೂರ್ತಿ ನೀನು ಒಂಟಿಯಾಗಿರಬೇಕಾಗುತ್ತೆ, ನೀನು ಮದುವೆಯಾಗಲ್ಲ ಅಂದ್ರೆ ನಾನು ಕೂಡ ಮದುವೆಯಾಗಲ್ಲ! ಸ್ವಲ್ಪ ತಡವರಿಸುತ್ತಲೇ ಮಾತು ನಿಲ್ಲಿಸಿದೆ.

ನನ್ನ ಮಾತುಗಳಿಂದ ಅವಳೇನು ಬದಲಾದಂತೆ ಕಾಣಲಿಲ್ಲ ಬದಲಾಗಿ "ನೀವು ಮದುವೆಯಾಗದೆ ಇದ್ರೆ ನಿಮ್ಮ ಮನೆಯವರಿಗೆ ಏನ್ ಉತ್ತರ ಹೇಳ್ತೀರಾ? ನನಗೇನು ಯಾರು ಹಿಂದೆ ಇಲ್ಲ ಮುಂದೆ ಇಲ್ಲ ಆದ್ರೆ ನಿಮಗೆ ಹಾಗಲ್ಲ ಫ್ಯಾಮಿಲಿ ಇದೆ, ನೀವ್ ಈತರ ಮದುವೆ ಆಗಲ್ಲ ಅದು ಇದು ಅಂತ ಹೇಳೋದು ಸರಿಯಿಲ್ಲ ಅನ್ಸುತ್ತೆ, ಯೋಚನೆ ಮಾಡಿ, ದಯವಿಟ್ಟು ನನ್ನ ಕಾರಣದಿಂದ ನೀವು ಮದುವೆಯಾಗಲ್ಲ ಅಂತ ಮಾತ್ರ ಹೇಳ್ಬೇಡಿ ಅಷ್ಟೇ"!!!!!!! ನೇರವಾದ, ದೃಢವಾದ ಮಾತುಗಳನ್ನು ನಾನವಳಿಂದ ನಿರೀಕ್ಷಿಸಿರಲಿಲ್ಲ!

ನನಗೆ ಮಾತನಾಡುವ ಯಾವುದೇ ದಾರಿಗಳು ಕಾಣಲಿಲ್ಲ, ಆದರೆ ಅವಳು ಹೇಳಿದ್ದನ್ನು ಕೇಳಿಸಿಕೊಂಡು ಸುಮ್ಮನೆ ಬರುವ ಮನಸ್ಸೂ ಇರಲಿಲ್ಲ, ಸ್ವಲ್ಪ ಸಮಯದ ಸುದೀರ್ಘ ಯೋಚನೆಯ ನಂತರ ನನ್ನ ನಿರ್ಧಾರ ತಿಳಿಸಿದೆ, " ನನ್ನ ಮದುವೆಯ ಬಗ್ಗೆ ನಾನು ಯೋಚನೆ ಮಾಡೋದು ನೀನು ಮದುವೆಗೆ ಒಪ್ಪಿಕೊಂಡ ನಂತರವೇ, ನಿನ್ನ ಈ ರೀತಿ ಒಬ್ಬಳನ್ನೇ ಬಿಟ್ಟು ನಾನು ಮದುವೆಯಾಗುವುದಿಲ್ಲ" ಇದೇ ನನ್ನ ಕೊನೆಯ ನಿರ್ಧಾರ, ಯೋಚನೆ ಮಾಡು" ಎಂದವನೇ ಅಲ್ಲಿಂದ ಹೊರಬಂದೆ.

ಮರಳಿ ಬೆಂಗಳೂರಿಗೆ ಹೊರಡುವ ಸಿದ್ಧತೆಯಲ್ಲಿದ್ದೆ, ಪ್ರೇಮ ಏನನ್ನೋ ಹೇಳಲು ಪ್ರಯತ್ನಿಸುತ್ತಾ ಬೆನ್ನ ಹಿಂದೆ ನಿಂತು ಚಡಪಡಿಸುತ್ತಿದ್ದಳು, ನಿಂತ ಜಾಗದಿಂದಲೇ ಅವಳತ್ತ ನೋಡದೆ " ಏನು?" ಅಂದೆ "ಏನಿಲ್ಲ" ಅಂದಳು, ತಿರುಗಿ ನೋಡಿದ ಕೂಡಲೇ ಓಡಿಹೋದಳು!? ಏನೊಂದೂ ಅರ್ಥವಾಗಲಿಲ್ಲ.

ಮತ್ತದೇ ಒಂಟಿ ಪ್ರಯಾಣ ಬೆಂಗಳೂರಿನತ್ತ, ಆಸಕ್ತಿ ರಹಿತ ಚಾಲನೆಯಲ್ಲಿ ಹಲವು ನಿಲುಗಡೆಗಳು, ಗುನುಗುವ ಹಾಡುಗಳ ಪುನರಾವರ್ತನೆ.. ಅವಳನ್ನೇ ಪದೇ ಪದೇ ನೆನಪಿಸುವಂತೆ ಮರುಕಳಿಸುವ ನೆನಪುಗಳು.. ದಾರಿ ಸಾಗದೆ ತುಮಕೂರಿಗೆ ಪ್ರಯಾಣ ಅಂತ್ಯವಾಗಿತ್ತು. ಪ್ರೇಮಳ ನೆನಪುಗಳು ಇಂದು ಮೊನ್ನೆಯದಾಗಿರಲಿಲ್ಲ ಸುಮಾರು ವರ್ಷಗಳ ನೆನಪುಗಳು, ಅಷ್ಟು ಸುಲಭಕ್ಕೆ ಮರೆಯಲು ಸಾಧ್ಯವೂ ಇಲ್ಲ.

ಮನೆಯವರ ನೋಟವನ್ನು ಎದುರಿಸುವುದೇ ದೊಡ್ಡ ಸವಾಲು, ಮದುವೆಗೆ ಒಂದು ಹಂತದ ಸಿದ್ಧತೆ ಪೂರ್ಣವಾಗಿತ್ತು, ಎಲ್ಲರ ಕಣ್ಣಿನಲ್ಲೂ ಮುಂಬರುವ ಸಂಭ್ರಮದ ಕಾತರತೆ, ನನ್ನದು ನಿಜಕ್ಕೂ ತ್ರಿಶಂಕು ಸ್ಥಿತಿ. ಯಾರಿಗೂ ಹೇಳಿಕೊಳ್ಳುವ ಪರಿಸ್ಥಿತಿಯಲ್ಲಿ ನಾನಿರಲಿಲ್ಲ. ಸಂಪೂರ್ಣ ಶಾಂತವಾದ ಎರಡು ದಿನಗಳು, ಸುದೀರ್ಘ ವಿಶ್ರಾಂತಿ.

ಪ್ರೇಮಳ ಭವಿಷ್ಯದ ಚಿಂತೆ ಅವಳಿಗಿಂತ ನನಗೆ ಜಾಸ್ತಿಯಾಗುತ್ತಿತ್ತು, ಅವಳ ಕಡೆಯಿಂದ ಯಾವುದೇ ಕರೆಗಳಿಲ್ಲ, ಮಿಸ್ ಮಾಡಿಕೊಳ್ಳುವುದು ಎನ್ನಬಹುದಾದ ದಿನಗಳವು..

ಮುಂದೇನು ಎನ್ನುವ ಗೊಂದಲದಲ್ಲಿ!!!!,................

21

ಮದುವೆಗೆ ಸಮ್ಮತಿ

ಪ್ರೇಮಳ ಮನೆಯಿಂದ ಬಂದ ನಂತರದ ಹಲವು ದಿನಗಳು ನಾನು ಅವಳಿಗೆ ಕರೆ ಮಾಡುವ ಯೋಚನೆ ಮಾಡಿರಲಿಲ್ಲ, ಅವಳಿಂದಲೂ ಯಾವುದೇ ಕರೆಗಳಿರಲಿಲ್ಲ, ಸುಮಾರು ೨ ತಿಂಗಳ ನಂತರ ಆಕೆಯ ತಂಗಿಯಿಂದ ಒಂದು ಕರೆ ಬಂತು, "ಅಕ್ಕ ಮದುವೆಯಾಗುತ್ತಾಳಂತೆ"!? ನನಗೆ ಆಶ್ಚರ್ಯ! ಇಷ್ಟು ದಿನ ಮದುವೆ ಬೇಡ ಎಂದು ಮಾತು ನಿಲ್ಲಿಸಿದ್ದವಳು ಇದೀಗ ಮದುವೆಯಾಗುವುದಾಗಿ ಹೇಳುತ್ತಿರುವುದು ಯಾವ ಕಾರಣಕ್ಕೆ? ಮದುವೆ ಯಾರೊಂದಿಗೆ? ಗೊಂದಲದ

ಪ್ರಶ್ನೆಗೆ ಪಾಪುವಿನಿಂದ ಸರಿಯಾದ ಉತ್ತರವಿಲ್ಲ. ಸರಿ ನಾನೇ ಪ್ರೇಮಳಿಗೆ ಕರೆಮಾಡಿದೆ, ಅವಳ ಬದಲಾದ ಮಾತುಗಳು ನನಗೆ ಬೇರೇನೋ ಸೂಚನೆ ಕೊಟ್ಟಂತೆ ಇತ್ತು:

ಹೇಗಿದ್ದೀಯಾ? ಇಂದ ಶುರುವಾದ ಸಂಭಾಷಣೆ ಅವಳ ಮದುವೆಯ ವಿಷಯಕ್ಕೆ ಬರುವಷ್ಟರಲ್ಲಿ ಆತ್ಮೀಯತೆ ಮರು ಹೊಂದಾಣಿಕೆಯಾಗಿತ್ತು. "2 ತಿಂಗಳಿಂದ ಒಂದು ಕಾಲ್ ಮಾಡ್ಲಿಲ್ಲ, ಈಗ ಮದುವೆ ಅಂದ ತಕ್ಷಣ ಕಾಲ್ ಮಾಡಿದ್ದೀಯ! ನಿನ್ನ ಮದುವೆ ವಿಚಾರ ಎಲ್ಲಿಗೆ ಬಂತು?" ಒಂದೇ ಸಮನೆ ಪ್ರಶ್ನೆಗಳ ಬೋರ್ಗರೆತ ಪ್ರೇಮಳದು..
ತಡಬಡಾಯಿಸಿ ಉತ್ತರಿಸುವ ಗೋಜಿಗೆ ಹೋಗದೆ ಸಾಲು ಸಾಲಗಿ ಮರು ಪ್ರಶ್ನೆಗಳನ್ನು ಅವಳೆಡೆಗೆ ಎಸೆದೆ ಬುದ್ಧಿವಂತಿಕೆಯಿಂದ..
" ನನ್ನದು ಬಿಡು , ನಿಂದೇನಿದು ಹೊಸ ವಿಚಾರ, ಅಕ್ಕ ಮದುವೆ ಆಗ್ತಾಳಂತೆ ಅಂತ ಪಾಪು ಹೇಳಿದ್ಲು! ನಾನಷ್ಟು ಸಲ ಹೇಳಿದಾಗಲೂ ಮದುವೆಗೆ ಒಪ್ಪದವಳು ಈಗೇನು ಮದುವೆ ಬಗ್ಗೆ ಆಸಕ್ತಿ? ಪ್ರೇಮ ನೀಡುವ ಮುಂದಿನ ಉತ್ತರ ಇಡೀ ಜಗತ್ತನ್ನೆ ಒಂದು ಕ್ಷಣ ನಿಲ್ಲಿಸಬಹುದೆಂಬ ಸಣ್ಣ ನಿರೀಕ್ಷೆಯೂ ನನ್ನಲ್ಲಿರಲಿಲ್ಲ.!! ಪ್ರೇಮ ಮಾತನಾಡಲು ಪ್ರಾರಂಭಿಸಿದಳು.. ನಾನು ಮೌನಿಯಾದೆ! ಶಾಶ್ವತ...!?

" ನೀನು ಅವತ್ತು ಹೇಳಿದ್ದೇ ಸರಿ, ಒಂಟಿಯಾಗಿ ಬದುಕೋದು ಕಷ್ಟ!? ಈ ೨ ತಿಂಗಳುಗಳಲ್ಲಿ ನನಗದು ಅರ್ಥ ಆಗಿದೆ... ಪಾಪುಗೆ ಅವಳು ಇಷ್ಟ ಪಡ್ತಿರುವ ಹುಡುಗನ ಜೊತೆನೆ ಮದುವೆ ಮಾಡುವ, ಕಳೆದ ವಾರ ಇಬ್ಬರು ಬಂದಿದ್ರು 4 ದಿನ ಇಲ್ಲೆ ಇದ್ರು, ನಾನೆ ಬರೋಕೆ ಹೇಳಿದ್ದೆ,ಎಷ್ಟ್ ದಿನ ಅಂತ ಪಾಪು ಜೊತೆ ಮಾತನಾಡದೆ ಇರೋಕ್ ಆಗುತ್ತೆ ಹೇಳು, ನನಗೆ ಅಂತ ಇರೋಳು ಅವಳು ಒಬ್ಬಳೆ ಅಲ್ವಾ??
ಏನ್ ಗೊತ್ತಾ! ಆ ಹುಡುಗ ತುಂಬಾ ಒಳ್ಳೆಯವನು ನಿನ್ನ ತರಾನೇ! ಪಾಪುನ ಎಷ್ಟು ಚನ್ನಾಗಿ ನೊಡ್ಕೋತಾ ಇದ್ದ ಗೊತ್ತಾ? ಅವರಿಬ್ಬರನ್ನು ನೋಡಿದ ಮೇಲೆ ನನಗು ಮದುವೆ ಆಗಬೇಕು ಅಂತ ಅನಿಸ್ತಾಇದೆ, ಪಾಪು ಕೂಡ ಅದೇ ಹೇಳ್ತಾ ಇದಾಳೆ! ಅವಳ ಮದುವೆ ಆದಮೇಲೆ ನಾನು ಒಂಟಿಯಾಗ್ತೀನಿ ಅಂತ ನೀನು ಅವತ್ತೇ ಹೇಳಿದ್ದೆ ಅದು ಈಗ ಅರ್ಥ ಆಗ್ತಾ ಇದೆ ನಂಗೆ... ನೀನು ನಿಜವಾಗಲೂ ನನ್ನ ಮದುವೆ ಮಾಡ್ಕೊತೀಯ ಅಲ್ವಾ?? .....ಹಳೆದೆಲ್ಲಾ ಯಾವತ್ತೂ ಮಾತಾಡಲ್ಲ ಅಲ್ವಾ?.......... ಮಾತಾಡು........... ಹೆಲೋ..ಹೆಲೋ...................... ಹೆಲೋ..........................??????!!!!

ಪ್ರೇಮಳ ಮಾತುಗಳು ಒಂದೇ ಸಮನೆ ಬೋರ್ಗರೆಯುತ್ತಿದ್ದವು, ನನಗೆ ಇಡೀ ಪ್ರಪಂಚವೇ ತಲೆ ಕೆಳಗಾದ ಅನುಭವ, ಅವಳ ಎಲ್ಲಾ ಮಾತುಗಳು ಕಿವಿಗಳ ಮೇಲೆ ಬೀಳುತ್ತಿದ್ದವಾದರೂ ಮೆದುಳಿಗೆ ತಲುಪುತ್ತಿರಲಿಲ್ಲ...... ತಡಬಡಾಯಿಸಲೂ ತ್ರಾಣವಿರಲಿಲ್ಲ, ಮನೆಯಲ್ಲಿ ಮದುವೆಯ ಸಿದ್ದತೆ ಅಂತಿಮ ಹಂತದಲ್ಲಿದ್ದಾಗ ಇಂತಹದೊಂದು ಮಾತು ಪ್ರೇಮಳಿಂದ ನಾನು ನಿರೀಕ್ಷಿಸಿರಲಿಲ್ಲ........ ಅನಿರೀಕ್ಷಿತ ಮಾತುಗಳಿಂದ ದಿಗ್ಭ್ರಾಂತಗೊಂಡವನಿಗೆ ಮಾತುಗಳು ಹೊರಡಲಿಲ್ಲ, ಮನಸ್ಸಿನಾಳದಲ್ಲಿ ಶೋಕಗೀತೆಯೊಂದು ಪ್ರಾರಂಭವಾಯ್ತು,,, ಮನೆಯೊಳಗಿನ ರೇಡಿಯೋ ಕೂಡ ಅದೇ ಹಾಡನ್ನು ಹಾಡುತ್ತಿತ್ತು! .. 'ಮೂಕನಾಗಬೇಕು.... ಜಗದೊಳು.. ಜ್ವಾಗ್ಯಾಗಿರಬೇಕು'.....!!!!!!????

ಅತ್ತ ಪ್ರೇಮ ಒಂದೇ ಸಮನೆ ಹೆಲೋ,, ಮಾತಾಡು... ಎನ್ನುತ್ತಲೇ ಇದ್ದಳು, ನಾನು ಅದಕ್ಕೆ ಪ್ರತಿಕ್ರಿಯಿಸುವ ಮಟ್ಟದಲ್ಲಿರಲಿಲ್ಲ? ಯಾವುದೇ ಪ್ರತಿಕ್ರಿಯೆ ನೀಡದೆ ಫೋನ್ ಕಟ್ ಮಾಡಿದೆ. ಈಗಾಗಲೇ ಮದುವೆಯ ಹಂತಿಮ ಹಂತದ ಸಿದ್ಧತೆ ನಡೆದಿತ್ತು, ನಿಶ್ಚಯವಾಗಿರುವ ಮದುವೆ ಮುರಿಯುವಷ್ಟು ಕಟುಕನಾಗಲು ಮನಸ್ಸು ಒಪ್ಪಲಿಲ್ಲ, ಪರಸ್ಪರ ಎರಡೂ ಕುಟುಂಬದ ಒಪ್ಪಿಗೆಯಿಂದ ನಡೆಯುತ್ತಿರುವ ಮದುವೆಯನ್ನು ನಿಲ್ಲಿಸಿ ಎರಡೂ ಕುಟುಂಬಕ್ಕೆ ನೋವನ್ನು ನೀಡುವುದು ಸರಿಯೆನಿಸಲಿಲ್ಲ, ಹಾಗಂತ ಪ್ರೇಮಳನ್ನು ಹೀಗೆಯೇ ಬಿಡಲೂ ಮನಸ್ಸು ಒಪ್ಪಲಿಲ್ಲ, ಇದೆಲ್ಲಕ್ಕೂ ಹೆಚ್ಚಾಗಿ ನಿಶ್ಚಯವಾಗಿರುವ ಹುಡುಗಿಯ ಮನಸ್ಸಿನ ಮೇಲಾಗುವ ಪರಿಣಾಮಗಳು, ಆಕೆಯ ಭವಿಷ್ಯ ಎಲ್ಲವನ್ನೂ ಮನಸ್ಸಿನಲ್ಲಿಟ್ಟುಕೊಂಡು ಒಂದಷ್ಟು ಸಮಯ ಯೋಚಿಸಿ ಪ್ರೇಮಳಿಗೆ ಕರೆ ಮಾಡಿದೆ. " ನಾನು ನಾಳೆಯೇ ನಿಮ್ಮೂರಿಗೆ ಬರುತ್ತೇನೆ, ಬಂದ ಮೇಲೆ ಉಳಿದ ವಿಚಾರ ಮಾತನಾಡುವ, ಸ್ವಲ್ಪ ಕೆಲಸದ ಒತ್ತಡವಿದೆ ಮತ್ತೆ ಮಾಡುತ್ತೇನೆ ಎನ್ನುವಾಗ ಅವಳೇನೋ ಮಾತನಾಡಲು ಆರಂಭಿಸಿದಳು, ನಾನದನ್ನು ತಡೆದು ನಾಳೆ ಬಂದು ಮಾತನಾಡುತ್ತೇನೆ ಎಂದಷ್ಟೇ ಹೇಳಿ ಕಟ್ ಮಾಡಿದೆ. ತಕ್ಷಣವೇ ಮದುವೆ ನಿಶ್ಚಯವಾಗಿದ್ದ ಹುಡುಗಿಗೆ ಕರೆ ಮಾಡಿ ಅದೇ ಸಂಜೆ ಭೇಟಿಯಾಗುವಂತೆ ಹೇಳಿದೆ. ಯಾಕೆ? ಏನು? ಏನೊಂದೂ ಪ್ರಶ್ನಿಸದೆ ನಿಗದಿತ ಭೇಟಿಯ ಸಮಯಕ್ಕೆ ೫ ನಿಮಿಷ ಮೊದಲೇ ಬಂದು ಕಾಯುತ್ತಿದ್ದಳು, ಸೂಕ್ಷ್ಮ ಸ್ವಭಾವದವಳು, ಭಾವಿ ಪತಿಯ ಕಡೆಗೆ ಹೆಚ್ಚಿನ ಗೌರವ ಮತ್ತು ಒಲವು ಹೊಂದಿದವಳು, ಎಲ್ಲಕ್ಕಿಂತ ಹೆಚ್ಚಾಗಿ ಮೃದು ಸ್ವಭಾವದವಳು!

ಬಂದು ೩೦ ನಿಮಿಷಗಳು ಕಳೆದಿದ್ದರೂ, ಭೇಟಿಯ ಉದ್ದೇಶವೇನೆಂದು ಅವಳು

ಕೇಳಲೇ ಇಲ್ಲ! ನಾನು ಹೇಗೆ ಪ್ರಾರಂಭಿಸಬೇಕು ಎಂಬುದನ್ನು ಯೋಚಿಸುತ್ತಲೇ ಇದ್ದೆ, ನನ್ನ ಮೌನ ಅವಳನ್ನು ಮಾತನಾಡಿಸಿತ್ತು?? "ನನ್ನ ಪ್ರೇಮಳ ಭೇಟಿಯಿಂದ ಇಲ್ಲಿಯವರೆಗಿನ ಪ್ರತಿಯೊಂದು ವಿಚಾರಗಳನ್ನು ಸತತ 2 ಗಂಟೆಗಳ ಕಾಲ ಸುದೀರ್ಘವಾಗಿ ವಿವರಿಸಿದೆ!! ನಡುವೆ ಯಾವುದೇ ಪ್ರಶ್ನೆಗಳನ್ನು ಕೇಳದೆ ತಾಳ್ಮೆಯಿಂದ ಎಲ್ಲವನ್ನೂ ಕೇಳಿದವಳ ಪ್ರತಿಕ್ರಿಯೆಗೆ ನಾನು ಕಾಯುತ್ತಿದ್ದೆ. ಅವಳೇನು ಪ್ರತಿಕ್ರಿಯಿಸಲಿಲ್ಲ?!

"ಯೋಚಿಸಿ, ನಿಮ್ಮಿಷ್ಟದಂತೆ ಮಾಡಿ" ಎಂದಷ್ಟೇ ಹೇಳಿದಳು. ತಾಳ್ಮೆಯ ಶಕ್ತಿ ಅಂತಹುದು! ಅವಳನ್ನು ನಿರಾಸೆಗೊಳಿಸುವ ಮನಸ್ಸು ನನಗಿರಲಿಲ್ಲ, ಆದರೆ ಪರಿಸ್ಥಿತಿ ಬೇರೆಯೇ ಇತ್ತು, ಪ್ರೇಮಳನ್ನು ಭೇಟಿಮಾಡಿ ಬರುವೆ ಎಂದೆ, ನಿಮ್ಮಿಷ್ಟ ಅಂದಳು. ನಿಮ್ಮಿಷ್ಟ ಎಂದರೆ ಸಮ್ಮತಿಯೋ ಅಸಮ್ಮತಿಯೋ ಎಂದು ತಿರುಗಿ ಕೇಳಲಿಲ್ಲ. ಹೊರಟೆ....!?......

22

ನಿರ್ಧಾರದ ಗೊಂದಲ

ದಾರಿಯುದ್ದಕ್ಕೂ ಗೊಂದಲ ಸುಮಾರು ೬-೭ ವರ್ಷದಿಂದ ಪರಿಚಿತವಿರುವ ಪ್ರೇಮ ಒಂದು ಕಡೆ ಮತ್ತು ಕುಟುಂಬದಿಂದ ನಿಶ್ಚಯವಾಗಿರುವವಳು ಇನ್ನೊಂದು ಕಡೆ, ಎಷ್ಟೇ ತಾಳೆ ಮಾಡಿದರು ಅವರವರ ತೂಕ ಅವರಿಗೆ ಇದ್ದೇ ಇತ್ತು, ಯಾರಿಗೂ ನೋಯಿಸುವ ಉದ್ದೇಶ ನನಗಿರಲಿಲ್ಲ. ಇಬ್ಬರನ್ನೂ

ಮದುವೆಯಾಗುವುದು ಅಥವಾ ಇಬ್ಬರಿಂದಲೂ ದೂರವಿರುವುದು ವಾಸ್ತವಕ್ಕೆ ದೂರದ ಮಾತು! ಒಂದನ್ನು ಆಯ್ಕೆ ಮಾಡಿ ಇನ್ನೊಂದನ್ನು ನೋಯಿಸಲೇ ಬೇಕಾದ ಅನಿವಾರ್ಯ, ಆ ರಾತ್ರಿ ನನ್ನ ಪಾಲಿಗೆ ಕೊನೆಯ ರಾತ್ರಿಯಾಗಿತ್ತು, ಮಾರನೇ ದಿನ ನಾನು ನಾನಾಗಿರಲು ಸಾಧ್ಯವೇ ಇರಲಿಲ್ಲ, ಯಾರೋ ಒಬ್ಬರನ್ನು ನೋಯಿಸಿದ ಹೊಸ ವ್ಯಕ್ತಿಯಾಗಲೇ ಬೇಕಿತ್ತು, ಪಯಣಿಸಿದೆ.... ಕ್ರಮೇಣ ವೇಗ ಹೆಚ್ಚಿಸಿದೆ..

ರಾತ್ರಿ ಪೂರ್ತಿ ಪ್ರಯಾಣಿಸಿ ಬೆಳಗಿನ ಜಾವಕ್ಕೆ ಅವಳ ಮನೆ ತಲುಪಿದೆ, ಇನ್ನೂ ಕತ್ತಲಿದ್ದ ಕಾರಣ ಊರಿನಲ್ಲಿ ಯಾರೂ ಎದ್ದಿರಲಿಲ್ಲ ಅಥವಾ ಹೊರಗೆ ಕಾಣಲಿಲ್ಲವಿರಬೇಕು, ಮನೆಯ ಮುಂದೆ ಕಾರ್ ನಿಲ್ಲಿಸಿದ ತಕ್ಷಣ ಅವಳು ಎಚ್ಚರಗೊಂಡಂತೆ ಕಂಡಳು, ಬಾಗಿಲು ಬಡಿಯುವ ಮೊದಲೇ ಬಾಗಿಲು ತೆಗೆಯುವ ಶಬ್ಧವಾಗಿ ಸುಮ್ಮನೆ ನಿಂತೆ, ಮನೆಯಿಂದ ಹೊರಬಂದ ವ್ಯಕ್ತಿ ನನ್ನನ್ನೇ ನೋಡುತ್ತಾ ನಿಂತುಬಿಟ್ಟ, ನಾನು ಕತ್ತಲಲ್ಲಿ ಬೇರೆಯವರ ಮನೆಗೇನಾದರೂ ಬಂದೆನಾ ಎಂಬ ಗೊಂದಲ, ಎದುರಿಗಿರುವ ವ್ಯಕ್ತಿಯ ಮುಖದಲ್ಲಿ ಗೊಂದಲವೇನೂ ಕಾಣಲಿಲ್ಲ ಆದರೆ ಆತ ಯಾರು ಎನ್ನುವ ಪ್ರಶ್ನೆ ನನ್ನ ಮುಖದ ಮೇಲೆ ಮೂಡಿದ ಗೆರೆಗಳಿಂದ ಸ್ಪಷ್ಟವಾಗಿ ಕಾಣುವಂತಿತ್ತು, ಒಂದೆರಡು ಬಾರಿ ಅತ್ತಿತ್ತ ನೋಡಿ ಪರಿಶೀಲಿಸಿಕೊಂಡೆ, ಅದು ಪ್ರೇಮಳ ಮನೆಯೇ! ನಾನು ಸರಿಯಾದ ಜಾಗದಲ್ಲಿಯೇ ಇದ್ದೆ, ಅಷ್ಟು ಬೆಳಗಿನ ಜಾವಕ್ಕೆ ಪ್ರೇಮಳ ಮನೆಯಿಂದ ಹೊರಬಂದ ವ್ಯಕ್ತಿ ಯಾರು? ಅವನೇಕೆ ನನ್ನ ನೋಡಿ ಸುಮ್ಮನೆ ನಿಂತ? ನನಗೆ ಯಾವುದೇ ಮಾತುಗಳು ಹೊರಡಲಿಲ್ಲ. ಆ ವ್ಯಕ್ತಿ ತನ್ನ ಪಾಡಿಗೆ ತಾನು ಹೊರಟುಹೋದ! ಅರ್ಧ ತೆರೆದಿರುವ ಬಾಗಿಲು ಹಾಗೆಯೇ ಇದೆ, ನಾನು ನಿಂತಲ್ಲಿಯೇ ನಿಂತಿದ್ದೇನೆ, ಪ್ರೇಮ ಹೊರಬಂದಿಲ್ಲ, ಅವನನ್ನು ನೋಡಿದ ಮೇಲೆ ಮನೆಯೊಳಗೆ ಹೋಗಬೇಕೋ? ಬೇಡವೋ? ಎಂಬ ಮತ್ತೊಂದು ಗೊಂದಲ!!?

ನೆನ್ನೆ ಸಂಜೆ ಭೇಟಿಯಾಗಿದ್ದವಳು ನೆನಪಾದಳು, ಅವಳನ್ನು ನೋಯಿಸಿ ನಾನಲ್ಲಿಗೆ ಬಂದಿದ್ದೆ, ಅತಿಯಾದರೆ ಅಮೃತವೂ ವಿಷದಂತೆ, ನಿಶ್ಚಯವಾದವಳು ದೇವತೆಯಾಗಬೇಕು, ಪರಸ್ಪರ ಪರಿಚಯವಿಲ್ಲದೆ, ಹಿರಿಯರ ನಿಶ್ಚಯಕ್ಕೆ ಒಪ್ಪಿ, ಹಿಂದೆ ಮುಂದೆ ತಿಳಿಯದೆ ಭವಿಷ್ಯವನ್ನು ಹಂಚಿಕೊಳ್ಳುವ ನಿರ್ಧಾರ ಮಾಡುವಾಗಿನ ಮಾನಸಿಕ ತುಮುಲ ಅರೇಂಜ್ಡ್ ಮ್ಯಾರೇಜ್ ಮಾಡಿಕೊಳ್ಳುವ ಎಲ್ಲಾ ಹುಡುಗಿಯರೂ ಅನುಭವಿಸುವಂತಹದೇ! ಯೋಚಿಸುತ್ತಾ ನಿಂತೆ, ಸಮಯ ಕಳೆದು ಬೆಳಕು ಮೂಡುವುದರಲ್ಲಿತ್ತು,, ಒಳ ಹೋಗುವ ಧೈರ್ಯ ನನಗಿರಲಿಲ್ಲ! ಹಾಗೆಯೇ ಅಲ್ಲಿಂದಲೇ ಹಿಂತಿರುಗಿ ಬರುವಂತಹ ಕೆಟ್ಟ ಆಲೋಚನೆಯೂ

ಬರಲಿಲ್ಲ? ಅಷ್ಟರಲ್ಲಿ ಪ್ರೇಮ ಹೊರಬಂದಳು! ನಾನೇನು ಮಾತನಾಡಲಿಲ್ಲ, ಕೋಪ ನೆತ್ತಿಗೇರಿತ್ತು.. ನಿದ್ದೆಗೆಟ್ಟು ಡ್ರೈವ್ ಮಾಡಿದ್ದರ ಪರಿಣಾಮವಿರಬೇಕು. "ಯಾವಾಗ ಬಂದೆ? ನಡಿ ಒಳಗೆ" ಕರು ಬಿಟ್ಟು ಬರುತ್ತೇನೆ ಹಾಲು ಕರೆಯಬೇಕು" ಎಂದು ಕೊಟ್ಟಿಗೆಯ ಕಡೆ ಹೊರಟಳು, ಮುಖ ನೋಡಿ ಮಾತನಾಡುವ ಅಭ್ಯಾಸ ಮೊದಲಿನಿಂದ ಅವಳಲ್ಲಿ ಕಡಿಮೆಯೇ, ನಾನು ಒಳಹೋದೆ, ದೇಹ ವಿಶ್ರಾಂತಿ ಬಯಸುತ್ತಿತ್ತು, ಹೊರಹೋದವನ ಬಗ್ಗೆ ಪ್ರಶ್ನೆ ಕೇಳಲು ಮನಸ್ಸು ಒಪ್ಪಲಿಲ್ಲ.

ನಿದ್ರೆಯ ಮಂಪರು, ಅರೆ ಚೇತನಾವಸ್ಥೆಯಲ್ಲಿದ್ದೆ, ಹೆಣ್ಣಿನ ಧ್ವನಿ ಮಾತ್ರೆ ಸಣ್ಣಗೆ ದೂರದಿಂದ ಹತ್ತಿರಕ್ಕೆ ಬರುವಂತೆ ಕೇಳುತ್ತಿತ್ತು, ಕಾಫಿಯ ಪರಿಮಳ ಮೂಗಿಗೆ ಬಡಿಯುತ್ತಿತ್ತು
ನನ್ನ ಎಬ್ಬಿಸುವ ಪ್ರಯತ್ನ ದೂರದಿಂದಲೇ ಪ್ರೇಮ ಮಾಡಿದ್ದಿರಬೇಕು, ಹತ್ತಿರ ಬಂದು ತಟ್ಟಿ ಎಬ್ಬಿಸುವ ಸಾಹಸ ಅವಳು ಎಂದಿಗೂ ಮಾಡಿಲ್ಲ, ನಿದ್ರೆಯಲ್ಲಿ ಕೋಪ ತಡೆಹಿಡಿಯುವ ಶಕ್ತಿ ನನಗಿರಲಿಲ್ಲ. ಎದ್ದು ಮುಖಕ್ಕೆ ಒಂದೆರಡು ಚೆಂಬು ನೀರು ರಾಚಿ ಒಳಬಂದವನೆ ಮಾತು ಪ್ರಾರಂಭಿಸಿದೆ, ಕಾಫಿ ಕುಡಿಯುತ್ತಾ! "ಹೇಳು, ಮದುವೆಯ ಬಗ್ಗೆ ನೆನ್ನೆ ಏನೋ ಹೇಳ್ತಾ ಇದ್ದೆ?" ನಾನು ಸ್ವಲ್ಪ ಬ್ಯುಸಿ ಇದ್ದೆ, ಈಗ ಹೇಳು? ಏನದು?

" ನೆನ್ನೆ ಎಲ್ಲಾ ಹೇಳಿದೆ ನಾನು, ಮದುವೆ ಆಗಬೇಕು ಅಂತ ನಿರ್ಧಾರ ಮಾಡಿದ್ದೀನಿ, ಪಾಪು ಕೂಡ ಅದೇ ಹೇಳ್ತಾ ಇದಾಳೆ, ನನ್ನ ಮದುವೆಯ ನಂತರವೇ ಅವಳು ಕೂಡ ಮದುವೆಯಾಗ್ತೀನಿ ಅಂತಿದಾಳೆ! ನಿನಗೂ ನನ್ನ ಮದುವೆಯ ಬಗ್ಗೆಯೇ ಯೋಚನೆ ಇತ್ತಲ್ವ? ಅದಕ್ಕೆ ನನ್ನಿಂದ ಯಾರಿಗೂ ತೊಂದರೆಯಾಗೋದು ಬೇಡ, ನಾನೇ ಮದುವೆಯಾಗಬೇಕು"! ಅಂತ ನಿರ್ಧಾರ ಮಾಡಿದೆ. "ಸರಿ, ನಿನ್ನ ನಿರ್ಧಾರ ಸರಿಯಾಗಿಯೇ ಇದೆ, ಆದರೆ.. ನನಗೆ ಸ್ವಲ್ಪ ಸಮಯಬೇಕು, ಯಾಕೆ? ಏನು? ಎಂದು ಯಾವುದೇ ಪ್ರಶ್ನೆಗಳನ್ನು ಕೇಳಬೇಡ, ನನ್ನಲ್ಲಿ ಯಾವುದಕ್ಕೂ ಈಗ ಉತ್ತರವಿಲ್ಲ, ಕೆಲವು ದಿನಗಳು ಬೇಕು ಇದೆಲ್ಲವನ್ನೂ ಸರಿಮಾಡಲು.
" ಸರಿ ಮಾಡುವಂತಹದು ಏನಿದೆ, ನನಗೇನು ಅರ್ಥವಾಗ್ತಾ ಇಲ್ಲ? ನೀನು ಯಾವ ವಿಷಯದ ಬಗ್ಗೆ ಮಾತನಾಡ್ತಾ ಇದ್ದೀಯಾ? ನನ್ನಿಂದ ಏನಾದರೂ ತೊಂದರೆಯಾಗುತ್ತೆ ಅಂತ ಯೋಚನೆ ಮಾಡ್ತಾ ಇದೀಯಾ ಹೇಗೆ? ನೀನು ಸರಿಯಾಗಿ ಮಾತಡ್ತಾ ಇಲ್ಲ, ನೆನ್ನೆ ಕೂಡ ಫೋನ್ ನಲ್ಲಿ ಸರಿಯಾದ ಉತ್ತರ ಬರಲಿಲ್ಲ ನಿನ್ನಿಂದ! ನನ್ನ ಜೊತೆ ಮದುವೆಯಾಗುವುದು ಕಷ್ಟ ಅಂತ ಈಗ ಅರ್ಥ ಆಗ್ತಾ ಇದ್ಯಾ ನಿನಗೆ? ಹೇಗೆ?

23

ಪ್ರೇಮ ಮತ್ತು ರವಿ ಮದುವೆ

ನನ್ನ ಜೊತೆ ಮದುವೆಯಾಗುವುದು ಕಷ್ಟ ಅಂತ ಈಗ ಅರ್ಥ ಆಗ್ತಾ ಇದ್ಯಾ ನಿನಗೆ ಹೇಗೆ?? ವ್ಯಂಗ್ಯ ಮಿಶ್ರಿತ ಪ್ರಶ್ನೆ!!!

ಪ್ರೇಮಳನ್ನು ಮದುವೆಯಾಗಲು ನನಗ್ಯಾವುದೇ ಸಮಸ್ಯೆ ಇರಲಿಲ್ಲ ಆದರೆ ನನಗೊಂದು ಮದುವೆ ನಿಶ್ಚಯವಾಗಿರುವುದನ್ನು ಮರೆತು ಪ್ರೇಮಳನ್ನು ಮದುವೆಯಾಗಲು ಹೇಗೆ ಒಪ್ಪಲು ಸಾಧ್ಯ... ನಿಶ್ಚಯವಾಗಿರುವ ಮದುವೆಯನ್ನು ಮುರಿಯಲೇ? ಸರಿ ಅವಳಿಗೆ ಇದಲ್ಲದಿದ್ದರೆ ಮತ್ತೊಂದು ಮದುವೆಯಾಗುವ ಅವಕಾಶವಿದೆ, ಇವಳಿಗೆ ಇರುವುದೊಂದೆ ಅವಕಾಶ ಅದು ನಾನು! ಸರಿ ಆದದ್ದು ಆಗಲಿ ಪ್ರೇಮಳೊಂದಿಗೆ ಮದುವೆಯಾಗುವುದೇ ಸರಿ, ನಿಶ್ಚಯವಾದ ಮದುವೆ ಮುರಿಯುವುದರಿಂದ ಅವರೆಲ್ಲರ ದೃಷ್ಟಿಯಲ್ಲಿ ನಾನು ಕೆಟ್ಟವನಾಗಬಹುದು, ನನ್ನ ಕುಟುಂಬ ತಾತ್ಕಾಲಿಕವಾಗಿ ನನ್ನಿಂದ ದೂರವಾಗಬಹುದು, ಬೇರೆ ಇನ್ನೇನು ಆಗಲು ಸಾಧ್ಯವಿಲ್ಲ!? ನಿರ್ಧಾರ ಘೋಷಿಸಲೇ??
ನಿಶ್ಚಯವಾದವಳಿಗೆ ಮಾಡುವ ಮೋಸವಲ್ಲವೇ ಇದು? ಸಮಾಜದಲ್ಲಿ ಅವಳ ಮುಂದಿನ ಜೀವನ ಹೇಗೆ? ಮನಸ್ಸು ನಿಯಂತ್ರಣ ತಪ್ಪಿತ್ತು.. ನಿರ್ಧಾರ ಸಾಧ್ಯವಾಗಲಿಲ್ಲ...

ಪ್ರೇಮಳಿಗೆ ನನ್ನ ಮೌನದ ಹಿಂದಿನ ಯೋಚನೆ ಅರ್ಥವಾಗಲಿಲ್ಲ,! ಮರುಮಾತನಾಡದೇ ಯಾವುದೋ ಮೂಲೆಯಿಂದ ಒಂದು ಫೋಟೊ ತಂದು ಕೊಟ್ಟಳು, ಯಾರ ಫೋಟೋ ಇದು ಎಂದೆನಾದರೂ ಅವಳಿಂದ ಯಾವುದೇ ಪ್ರತಿಕ್ರಿಯೆ ಬರಲಿಲ್ಲ.??
ಪರಿಚಿತ ಮುಖ! ತಿಳಿ ಕಪ್ಪು ಬಣ್ಣದ ಮಧ್ಯ ವಯಸ್ಕನೊಬ್ಬನ ಫೋಟೋವದು, ಎಲ್ಲಿಯೋ ನೋಡಿದ ನೆನಪು, ಮುಖಚಹರೆ ಸ್ಪಷ್ಟವಾಗಿಲ್ಲ, ವಿಶಾಲವಾದ ಈ ಹಣೆಯನ್ನು ಈ ಹಿಂದೆ ನೋಡಿದ್ದೆ ಆದರೆ ಯಾವಾಗ ಎಲ್ಲಿ ಎಂದು ನೆನಪಾಗುತ್ತಿಲ್ಲ! ಯಾರಿವನು? ಇವನ ಫೋಟೊ ಯಾಕೆ ಈಗ ಕೊಟ್ಟೆ? ಗೊಂದಲದ ಗೆರೆಗಳು ನನ್ನ ಹಣೆಯ ತುಂಬಾ ಮೂಡಿದ್ದವು.

ಪ್ರೇಮ ಮೌನ ಮುರಿದು, ತುಸು ಮೆಲು ಧ್ವನಿಯಲ್ಲಿ "ಅವನು ನನ್ನ ಇಷ್ಟ ಪಡುತ್ತಿರುವ ಹುಡುಗ! ಕೆಲವು ದಿನಗಳಿಂದ ನನ್ನೊಂದಿಗೆ ಆತ್ಮೀಯನಾಗಿದ್ದಾನೆ, ಪಕ್ಕದ ಊರಿನವನು, ತುಂಬಾ ಒಳ್ಳೆಯವನು, ಮೊದಲ ಹೆಂಡತಿ ಬಿಟ್ಟ ನಂತರ ಒಂಟಿಯಾಗಿದ್ದಾನೆ, ಅವನು ನನ್ನನ್ನು ತುಂಬಾ ಪ್ರೀತಿಸುತ್ತಿದ್ದಾನೆ, ನನಗೂ ಅವನ ಜೊತೆ ಮದುವೆಯಾಗುವುದು ಸರಿಯೆನಿಸಿತು, ಯಾವತ್ತೂ ಬೆಂಗಳೂರು ನೋಡದವನು ಅವನು, ನನ್ನ ಬಗ್ಗೆ ಯಾವುದೇ ವಿಷಯಗಳು ಅವನಿಗೆ ಗೊತ್ತಿಲ್ಲ, ಗೊತ್ತಾಗುವುದೂ ಇಲ್ಲ, ಇಲ್ಲೇ ಇದೇ ಹಳ್ಳಿಯಲ್ಲಿಯೇ ನಾವಿಬ್ಬರು ಮದುವೆಯಾಗಿ,

ಬದುಕು ಕಳೆದುಬಿಡಬೇಕು ಅಂದುಕೊಂಡಿದ್ದೇನೆ, ನನ್ನ ಮದುವೆಯ ನಂತರ ಪಾಪು ಮದುವೆ ಮಾಡಿ ಬೆಂಗಳೂರಿಗೆ ಕಳಿಸಿಬಿಟ್ರೆ ಅಲ್ಲಿಗೆ ನನ್ನ ಜೀವನದ ಜವಾಬ್ಧಾರಿಗಳು ಎಲ್ಲವೂ ಮುಗಿಯುತ್ತವೆ. ದೇವರ ದಯೆಯಿಂದ ತೋಟದಲ್ಲಿ ನೀರಿನ ಸಮಸ್ಯೆಯಿಲ್ಲ, ಗಿಡಗಳು ಚೆನ್ನಾಗಿವೆ, ಅವನೂ ಆಗಾಗ್ಗೆ ಬಂದು ತೋಟದ ಕಡೆ ನೋಡಿಕೊಳ್ಳುತ್ತಿದ್ದಾನೆ, ಮದುವೆಯ ನಂತರ ನನ್ನೊಂದಿಗೆ ಇದೇ ಮನೆಯಲ್ಲಿಯೇ ತೋಟನೋಡಿಕೊಂಡು ಇರುತ್ತಾನೆ, ನನಗೂ ಕೆಲಸ ಮಾಡಿ ಮಾಡಿ ಸಾಕಾಗಿದೆ, ಅವನು ಬಂದ ಮೇಲೆ ಒಂದಷ್ಟು ಸಮಯ ನೆಮ್ಮದಿಯಾಗಿ ಕಳೆಯುತ್ತಿದ್ದೇನೆ, ಅಂದ ಹಾಗೆ ಅವನ ಹೆಸರು ರವಿ!

ಬೆಳಗಿನ ಜಾವ ಮನೆಯಿಂದ ಹೊರಹೋದವ ಇವನೇ ಅಲ್ವಾ ಎಂದುಕೊಂಡೆ!?
ಅವಳ ಪ್ರತಿ ಮಾತಿನಲ್ಲಿ ಉತ್ಸಾಹ, ಅವನ ಬಗೆಗಿದ್ದ ನಂಬಿಕೆ ಎದ್ದು ಕಾಣುತ್ತಿತ್ತು, ನನ್ನದು ತೀರಾ ಕೆಟ್ಟ ಪರಿಸ್ಥಿತಿ, ಕೆಲವು ಸಂದರ್ಭಗಳಲ್ಲಿ ಯಾವುದಕ್ಕೆ ಹೇಗೆ ಪ್ರತಿಕ್ರಿಯಿಸಬೇಕು ಎಂದು ತಿಳಿಯದೆ ಚಡಪಡಿಸುವಷ್ಟರ ಮಟ್ಟಿಗೆ ಪರಿಸ್ಥಿತಿ ಹದಗೆಟ್ಟಿರುತ್ತದೆ, ಅವತ್ತು ಕೂಡ ಹಾಗೆಯೇ ಆಯ್ತು.
ಅವಳಿಷ್ಟದಂತೆ ಅವನೊಟ್ಟಿಗೆ ಅವಳ ಮದುವೆ ಮಾಡಿಸುವ ಮಾತನಾಡಿ, ಅವನನ್ನು ಕರೆಸಿ ಮಾತನಾಡಿಸಿದ ಮೇಲೆ ಒಂದಷ್ಟು ಸಮಾಧಾನವಾಗಿತ್ತು. ಅವನು ತೀರಾ ಬುದ್ಧಿನಂತನಲ್ಲ, ಬದುಕಲು ಬುದ್ಧಿ ಬೇಕು ಅಂತ ನನಗನಿಸಲಿಲ್ಲ, ಅವಳ ಇಷ್ಟಕ್ಕೆ ಬೇಡ ಅನ್ನುವ ಮನಸ್ಸೂ ಬರಲಿಲ್ಲ, ಅದರೊಟ್ಟಿಗೆ ನನ್ನದೂ ಒಂದು ಸ್ವಾರ್ಥವಿತ್ತು, ಅವಳ ಮದುವೆಯಾಗದೆ ನಾನು ಮದುವೆಯಾಗಬಾರದು ಎಂಬ ಮಾತಿನಂತೆ ನಡೆದುಕೊಂಡಂತಾಯ್ತು.. ಅವಳಿಗರಿವಿಲ್ಲದೆ ನನ್ನ ಮದುವೆಯ ತಯಾರಿ ಮಾಡಿದ ನಾನು ಅವಳ ಮುಂದೆ ಸಣ್ಣವನಂತೆ ಕಂಡರೂ ಅದನ್ನು ಅವಳಿಂದ ಮುಚ್ಚಿಟ್ಟು ಅದೇ ಗೌರವ ಉಳಿಸಿಕೊಂಡು ಅವಳ ಮದುವೆಯ ತಯಾರಿಯ ಬಗ್ಗೆ ಮಾತನಾಡಿ ಬಂದೆ.

ಪ್ರೇಮ ಮತ್ತು ರವಿ ಮದುವೆಯ ನಂತರ ನನ್ನ ಮದುವೆಯ ಬಗ್ಗೆ ಅವಳಿಗೆ ತಿಳಿಸುವುದು ಸೂಕ್ತವೆನಿಸಿತು, ಅದರಂತೆ ಕೆಲವೇ ದಿನಗಳಲ್ಲಿ ದೇವಸ್ಥಾನ ಒಂದರಲ್ಲಿ ರವಿ ಮತ್ತು ಪ್ರೇಮ ಮದುವೆಯನ್ನು ಸರಳವಾಗಿ ಮಾಡಲಾಯ್ತು, ಊರಿನ ಕೆಲವು ಜನರ ಸಮ್ಮುಖದಲ್ಲಿ, ಪ್ರೇಮಳ ತಂಗಿ ಮತ್ತವಳ ಪ್ರೇಮಿ, ಕೆಲವು ಕುಟುಂಬ ಸಂಬಂಧಿಕರು ಈ ಮದುವೆಗೆ ಸಾಕ್ಷಿಯಾದರು. ನಾನೂ ಕೂಡ ೩ ದಿನ ರಜೆ ಪಡೆದು ಮನಸ್ಸಿಗೆ ನೆಮ್ಮದಿ ಆಗುವಷ್ಟು ಕೆಲಸ ಮಾಡಿ, ಸುತ್ತಾಡಿ ಮದುವೆ ಮುಗಿಸಿ, ಮನೆತುಂಬಿಸುವ ಶಾಸ್ತ್ರದವರೆಗೂ ಜೊತೆಗಿದ್ದೆ, ರವಿಯ ಮೇಲೆ ನಂಬಿಕೆ

ಇಟ್ಟು ಪ್ರೇಮಳನ್ನು ಅವನ ಕೈಗಿರಿಸಿ ಹೊರಡುವ ಮುನ್ನ ಅವನೊಂದಿಗೆ ತೀರಾ ಖಾಸಗಿಯಾಗಿ ಮಾತನಾಡಬೇಕೆನಿಸಿತು?!

ನಾನು ಯಾರು? ಅಂತ ನಿನಗೆ ಗೊತ್ತಿದ್ಯಾ ರವಿ? ನನ್ನ ಬಗ್ಗೆ ಪ್ರೇಮ ನಿನ್ನ ಬಳಿ ಏನು ಹೇಳಿದ್ದಾಳೆ? ನನ್ನ ಹಾಗೂ ಪ್ರೇಮಳ ಬಗ್ಗೆ ನಿನಗೆ ಏನಾದರೂ ಪ್ರಶ್ನೆಗಳಿದ್ಯಾ ಎಂದು ಕೇಳಿದೆ, ಅವನದಕ್ಕೆ ತೀರಾ ಸಾಮಾನ್ಯವಾಗಿ ಒಂದು ಮಾತು ಹೇಳಿದ ಬರೆಯಲು ಮುಜುಗರ ಆದರೆ ಬರೆಯದಿದ್ದರೆ ಈ ಕಥೆಗೆ ಸರಿಯಾದ ಅಂತ್ಯ ಸಿಗುವುದಿಲ್ಲ ಹಾಗಾಗಿ.. ಮುಂದಿನ ಸಾಲುಗಳು
"ಪ್ರೇಮ ನಿಮ್ಮ ಬಗ್ಗೆ ಜಾಸ್ತಿ ಏನೂ ಹೇಳಿಲ್ಲ, ಒಂದು ಸಲ ಕೇಳಿದ್ದೆ ಅವರು ದೇವರು ಅಂದಳು ಅಷ್ಟೇ" ಅದು ಬಿಟ್ಟು ಬೇರೇನು ಮಾತನಾಡಿಲ್ಲ ಅವಳು" ಒಂದು ಕ್ಷಣ ದೇವರಿಗೂ ಕಣ್ತುಂಬಿ ಬಂತು.
ಪ್ರೇಮಳ ಈ ದೇವರ ಬಗ್ಗೆ ನಿನಗೇನು ಪ್ರಶ್ನೆ ಇಲ್ವಾ ರವಿ? ಯಾವುದೇ ಸಂಬಂಧವಿಲ್ಲದ ನಾನು ದೇವರ ಹೆಸರಿನಲ್ಲಿ ಅವಳೊಂದಿಗೆ ಹೇಗಿದ್ದಿರಬಹುದು ಎನ್ನುವ ಅನುಮಾನವೂ ಇಲ್ವಾ ರವಿ? ಎನ್ನುತ್ತಾ ದೇವರು ತಲೆತಗ್ಗಿಸಿದಾಗ..
"ಇಲ್ಲ ಸಾರ್, ದೇವರಿಂದ ಯಾವತ್ತೂ ತಪ್ಪಾಗಲ್ಲ, ಅವಳಿಗೆ ದೇವರು ಅಂದ ಮೇಲೆ ನನಗೂ.. ಕೂಡ.. ದೇವರ ಮೇಲೆ ಅನುಮಾನ ಪಡೋಕೆ ಆಗುತ್ತಾ ಸಾರ್..

ದೇವರು ಶಾಂತನಾದ..

ಈ ದೇವರು ಸತ್ಯವೊಂದನ್ನು ಮುಚ್ಚಿಟ್ಟು ಪ್ರೇಮಳ ಮುಂದೆ ನಟಿಸಿದ ಕಪಟಿ.. ಅವಳಿಗೆ ದೇವರ ಮದುವೆ ನಿಶ್ಚಯವಾಗಿರುವುದು ಈ ಕ್ಷಣದವರೆಗೂ ಮುಚ್ಚಿಟ್ಟಿದ್ದ ವ್ಯಕ್ತಿ ದೇವರಾಗಲು ಸಾಧ್ಯವೇ ಇಲ್ಲ..!?

ಅಂದಿಗೆ ಪ್ರೇಮಳ ಜೀವನದಲ್ಲಿ ರವಿಯ ಉದಯವಾಗಿತ್ತು, ಜೀವನಕ್ಕೆ ಮನೆ, ತೋಟ, ಹಸು, ಹೀಗೆ ಹಲವು ದಾರಿಗಳಿದ್ದವು, ಅವಳ ಬೆನ್ನೆಲುಬಾಗಿ ಅವಳ ಗಂಡ ರವಿ ಇದ್ದ, ಮುಂದೆ ತಂಗಿಯ ಮದುವೆಯ ಬಗ್ಗೆ ಸೂಕ್ತ ನಿರ್ಧಾರವಾಗಿತ್ತು.. ಇನ್ನೇನು ಪ್ರೇಮಳಿಗೆ ದೇವರ ಅವಶ್ಯಕತೆಯಾಗಲಿ, ಅನಿವಾರ್ಯತೆಯಾಗಲಿ ಬರುವುದಿಲ್ಲ.. ಅವಳಿನ್ನು ಚೆನ್ನಾಗಿರಲಿ,, ಎಂದು ಹಾರೈಸಿ ದೇವರಲ್ಲಿಂದ ಮಾಯವಾದ..!!!

(ಈ ಕಾದಂಬರಿಯನ್ನು ಸುಮಾರು 7 ವರ್ಷಗಳ ಕಾಲ ತಾಳ್ಮೆಯಿಂದ ಓದಿ ಬೆಂಬಲಿಸಿದ ಪ್ರತಿಯೊಬ್ಬರಿಗೂ ಧನ್ಯವಾದಗಳು, ಒಂದು ಕಾದಂಬರಿ ಇಷ್ಟು ದೀರ್ಘಾವಧಿಯ ಕಾಲ ಓದಿಸಿಕೊಂಡದ್ದು ಇದೇ ಮೊದಲಿರಬೇಕು) ಮತ್ತೊಂದು ಕಾದಂಬರಿಯೊಂದಿಗೆ ಬರುತ್ತೇನೆ, ಅಲ್ಲಿಯವರೆಗೂ ನಮಸ್ಕಾರ....

ಮುಕ್ತಾಯ...............

ಲೇಖಕರ ಬಗ್ಗೆ

ಲೇಖಕರ ಬಗ್ಗೆ

ನವೀನ್ ಕ್ಷತ್ರಿಯ, 8151892238

ನವೀನ್ ಕ್ಷತ್ರಿಯ ಇವರು ಮೂಲತಃ ತುಮಕೂರಿನವರಾಗಿದ್ದು ವೃತ್ತಿಯಲ್ಲಿ ಮನಃಶಾಸ್ತ್ರಜ್ಞರಾಗಿದ್ದಾರೆ, ಬರಹ ಮೊದಲಿನಿಂದಲೂ ಪ್ರವೃತ್ತಿಯಾಗಿ ಬಂದಿದ್ದು ಹಲವು ವರ್ಷಗಳಿಂದ ತಮ್ಮ ಬರಹದ ಮೂಲಕ ಸಮಾಜಕ್ಕೆ ಸಂದೇಶ ನೀಡುವ ಪ್ರಯತ್ನ ಮಾಡುತ್ತಾ ಬರುತ್ತಿದ್ದಾರೆ. ಲೇಖನಗಳು, ಕಥೆ, ಕಾದಂಬರಿ ಸೇರಿದಂತೆ ಇಲ್ಲಿಯವರೆಗೂ ಸುಮಾರು ೨೦ಕ್ಕೂ ಹೆಚ್ಚು ಕೃತಿಗಳನ್ನು ರಚಿಸಿದ್ದಾರೆ, ಹಲವು ಲೇಖನಗಳನ್ನು ಪತ್ರಿಕೆಗಳಿಗೆ ಬರೆಯುತ್ತಾ, ಸಮಾಜಿಕ ಜಾಲತಾಣಗಳಲ್ಲೂ ಸಕ್ರಿಯರಾಗಿರುವ ಇವರು ಮನಃಶಾಸ್ತ್ರದಲ್ಲಿ ಸ್ನಾತಕೋತ್ತರ ಪದವಿ ಪಡೆದಿದ್ದಾರೆ.

ಪ್ರಸ್ತುತ ಬೆಂಗಳೂರಿನ ಸ್ವಾಮಿ ವಿವೇಕಾನಂದ ಯೂತ್ ಮೂವ್‌ಮೆಂಟ್ ಎಂಬ ಸಂಸ್ಥೆಯಲ್ಲಿ ಮ್ಯಾನೇಜರ್ ಆಗಿ ಕೆಲಸ ಮಾಡುತ್ತಿರುವ ಇವರು ಸಮುದಾಯ ತರಬೇತಿಯಲ್ಲಿ ಸಕ್ರಿಯರಾಗಿದ್ದಾರೆ, ಕರ್ನಾಟಕದ ಎಲ್ಲಾ ಜಿಲ್ಲೆಗಳಲ್ಲಿಯೂ ತರಬೇತಿ ಪಡೆದವರಿರುವುದು ಗಮನಾರ್ಹ.

ಲೈಂಗಿಕ ಕಾರ್ಯಕರ್ತೆಯರು, ಮಂಗಳಮುಖಿಯರು, ಮಾದಕ ವ್ಯಸನಿಗಳು, ಪುರುಷ ಸಲಿಂಗಿಗಳು, ಮಾದಕ ವ್ಯಸನಿಗಳು, ಆಸ್ಪತ್ರೆ ಸಿಬ್ಬಂದಿಗಳು ಹೀಗೆ ವಿವಿಧ ಸಮುದಾಯದವರಿಗೆ ತರಬೇತಿ ನೀಡಿರುವ ಇವರು, ಮನಃಶಾಸ್ತ್ರಜ್ಞರಾಗಿ ತಮ್ಮ ವೃತ್ತಿಯನ್ನೂ ಮುಂದುವರೆಸಿದ್ದಾರೆ. ಸಮಾಜಮುಖಿ ವಿಷಯಗಳಲ್ಲಿ ಆಸಕ್ತಿಯಿರುವ ಇವರು ಹಲವು ಜನ ಜಾಗೃತಿ ಕಾರ್ಯಕ್ರಮಗಳು, ಸಾಮಾಜಿಕ ಅರಿವು ಮೂಡಿಸುವುದರಲ್ಲಿ ಸಕ್ರಿಯರಾಗಿದ್ದಾರೆ.